திரியைத் தின்றழியும் தீச்சுடர்

கார்த்திக் (யாத்திரி)

வாசகசாலை பதிப்பக வெளியீடு - 116

திரியைத் தின்றழியும் தீச்சுடர் * கவிதைகள்
விலை: ரூ.160
ஆசிரியர்: **யாத்திரி**, உரிமை: ஆசிரியருக்கு
முதல் பதிப்பு: **டிசம்பர் 2022**
வெளியீடு: **வாசகசாலை பதிப்பகம்**, சென்னை– 600073
தொடர்பு எண்கள்: 9942633833 / 9790443979
மின்னஞ்சல்: vasagasalaipublication@gmail.com
இணையதளம்: www.vasagasalai.com
அட்டை வடிவமைப்பு: **யாத்திரி**
நூல் வடிவமைப்பு: **திலீப் ராஜேந்திரன்**
அச்சாக்கம்: காம்பூ பிரிண்ட்ஸ், கோபாலபுரம், சென்னை

என்னுரை

அடிக்கடி சந்திக்க முடியாத தொலைவில் இருந்துகொண்டு காதலில் இருப்பவர்கள் எதிர்கொள்ளும் மிகப்பெரிய பிரச்சனையே உனக்கு நான் முக்கியமாக இருக்கிறேனா இல்லையா என்னும் சந்தேகத்தினால் விளையும் காரணமற்ற கோபங்கள்தான். நாம் முக்கியத்துவமென்று எதையெல்லாம் நினைத்து வைத்திருக்கிறோம். மெசேஜ் செய்ததும் உடனே ரிப்ளை செய்வது. call செய்ததும் உடனே பதிலளிப்பது. நீதான் என் உயிர் நீதான் எனக்கு வேண்டுமென்று அடிக்கடி சொல்லிக் கொண்டிருப்பது. இது எல்லா நேரத்திலும் சாத்தியமா என்று கேட்டால். இல்லை முடியாது.

காதலில் இருப்பவர்கள் இருவரும் இரண்டு வேறுபட்ட வாழ்வை வாழ்பவர்கள் இருவருக்கும் வேறு வேறு நண்பர்கள் குழாம், வேறு வேறு பணிச்சூழல் எல்லாம் இருக்கும். இருவரில் யார் அதிக நேரம் வெட்டியாக இருக்கிறார்களோ யாருக்கு அதிக நேரம் கிடைக்கிறதோ அவர்களால்தான் பிரச்சனையே ஆரம்பிக்கிறது. ஒரு செய்தி அனுப்பிவிட்டு வேறு வேலை இன்றி காத்திருக்கக் காத்திருக்க மனம் தவித்துக்கொண்டே இருக்கும். செய்திக்குப் பதில் வரவில்லை என்றாலே அவர்கள் வேறு ஏதோ அலுவலில் இருப்பார்கள் என்பதைப் புரிந்துகொள்ள வேண்டும். அலுவலில் இருக்கிறார்கள் அல்லது நண்பர்களோடு இருக்கிறார்கள். அது முக்கியமில்லை. உங்களுக்குக் கிடைத்திருக்கும் இந்த நேரம் அவர்களுக்குக் கிடைக்கவில்லை என்பதை மட்டும் புரிந்தால் போதும். உங்களுக்கு நேரம் கிடைத்திருப்பதால் உங்களைக் காதலிப்பவரும் நேரத்தை வலிந்து உண்டாக்கிக் கொண்டு வந்து உங்களோடு பேசவேண்டும் என்று நினைப்பது எவ்வகையிலும் சரியன்று.

நாளை அவருக்கு இப்படியான நேரம் கிடைத்து நீங்கள் அலுவல்ரீதியான அழுத்தத்திலோ நண்பர்களுடனோ இருந்தாலும் உங்களாலும்

அவர்களுக்காக நேரத்தை வலிந்து உண்டாக்கிகொள்ள முடியாது. இல்லை நான் என் காதலுக்காக என்ன வேண்டுமானாலும் செய்வேன் என்று சொன்னால். அது ஒரு நம்பிக்கை அந்த நம்பிக்கையை நம்பாதிர்கள். அது கற்பனையான நம்பிக்கை. நிகழாத ஒன்றைக் குறித்து அந்த நேரத்தில் நீங்கள் என்னவாக செயல்படுவீர்கள் என்று நீங்கள் நினைத்து வைத்திருக்கும் எல்லாமே கற்பனை நம்பிக்கைகள் தான். நான் பிசியாக இருக்கும்போது நீ எனக்கு அழைத்தாலும் நான் உடனே உன் call attend செய்வேன் என்பது இன்னும் நிகழாத ஒன்றின் மீதான கற்பனை நம்பிக்கை. எல்லா நேரங்களிலும் அப்படி செய்துவிட முடியாது, அப்படி நீங்கள் செய்தீர்கள் என்றாலும் அது குறுகிய காலத்திற்கு தான் செய்யமுடியும். இதனால் உங்கள் காதலரின் மீது மேலும் மேலும் வெறுப்புதான் கூடுமே தவிர அன்பு கூடாது. உனக்காக நான் இவ்வளவு செய்கிறேனே எனக்காக நீ செய்தால் என்ன என்று ஒவ்வாமையாக மாறும் வாய்ப்புகளே அதிகம்.

தொலைதூரத்தில் இருக்கிறாய், நீ என்ன செய்கிறாய், நீ எங்கு போகிறாய், என்பதை அறிந்துகொள்ளும் எண்ணம் அதற்குத்தானே அழைக்கிறேன் என்று சொன்னால் அது உறவுக்கு எதிரி. நாம் இதனை அக்கறை என்று சொல்லிக் கொள்ள பிரயாசைப்படுவோம். நீங்கள் காதலிப்பதற்கு முன்பும், அவர்கள் வாழ்வுக்குள் செல்வதற்கு முன்பும் அவர்கள் அதே வாழ்க்கையைத் தான் வாழ்ந்திருக்கக் கூடும். நீங்கள் இல்லாத ஒரு வாழ்க்கையை அவர்கள் வாழ்ந்திருக்கிறார்கள். அவர்களுக்குத் தெரியும் எங்கு செல்லவேண்டும் என்ன செய்யவேண்டும் என்பதெல்லாம். இதில் நீங்கள் தெரிந்துகொள்ள எதுவுமில்லை. ஆக இது அக்கறை இல்லை. இது நான் இல்லாத வாழ்வுக்கு நீ பழக்கப்பட்டுவிடாதே என்னும் மனக்குமைவு. கவலையுறாதிர்கள் காதலில் அப்படியெல்லாம் ஆகாது. அப்படி ஆகிவிட்டதென்றால் அது காதலல்ல என்ற தெளிவாவது உங்களுக்குக் கிடைக்கும்.

அதெப்படிங்க? அப்படியென்றால் உறவை எப்படித்தான் பேணுவது? உண்மைதான், உறவை இருவர் இணைந்துதான் உண்டாக்க முடியும். தாமாக எந்த உறவும் உண்டாகாது. காதல் என்பது உறவை தொடக்குவதற்கான பாதைதானே தவிர அதுவே உறவல்ல. தொலைதூரத்தில் இருந்துகொண்டு அலைபேசியில் உறவை உண்டாக்கவோ பேணவோ முடியாது. நீங்கள்

இருவரும் தொடர்புகொள்ள இருக்கும் ஒரே சாதனம் அலைபேசிதான் எனும்போது அது உறவுக்குள் தாமாகவே பெரிய முக்கியத்துவத்தைப் பெற்றுவிடும். அப்படிப் பெறுவது ஆபத்து. செக்ஸ்சாட் செய்தால் கூட ஒருவாரத்துக்கு மேல அலுப்பு வரும் என்பதுதான் யதார்த்தம். நாம் யதார்த்தத்தை எதிர்கொள்ளத் தயங்குகிறோம். இந்தத் தயக்கம் call செய்து அவங்க எடுக்கலன்னா அவங்க என்ன சூழலில் இருக்கிறார்கள்? என்ன செய்துகொண்டு இருக்கிறார்கள் என்ற knowledge இல்லாம போறதால அது பெரும் புறக்கணிப்பா ஒரு தோற்றத்தை மனதிற்கு தந்துவிடுகிறது, அங்கிருந்து எல்லாமே misunderstanding ஆகத் தொடங்கும். தொடர்ச்சியாக மெசேஜ் அனுப்பி தொடர்ச்சியாக call செய்து ரெஸ்பான்ஸ் இல்லையென்று வேண்டுமென்றே வருந்தி மனஉளைச்சளுக்கு உள்ளாகி உடைந்து உட்கார்ந்து வலியை அனுபவிக்கும் நிலைக்குச் சென்று விடுவீர்கள். வேடிக்கை என்னவென்றால் இதற்கும் நீங்கள் காதலிப்பவர்க்கும் எந்தச் சம்பந்தமும் கிடையாது. இதெல்லாம் நீங்களே வேண்டி விரும்பி உண்டாக்கிக் கொண்டது.

அலைபேசுவதை உறவைப் பேணும் மிகமுக்கியமான காரணியாகக் கருதாதிர்கள். அது ஆரம்பத்தில் மனதிற்கு இனிமையாக இருக்கும். ஆனால் அது இட்டுச் செல்லும் பாதை இருண்மையானது.

உறவைப் பேணுவதற்கு கூடுமானவரை சந்திப்பை அதிகப்படுத்துங்கள், எதிர்வந்து நின்று ஒரு முத்தத்தில் தீர்ந்துவிடக்கூடிய பிரச்சனைகளை தொலைவிலிருந்தபடி அலைபேசிப்பேசி சிக்கலாக்கிக் கொள்ளாதிர்கள். விரும்பியவர்களின் அண்மைதான் உறவை ஸ்திரமாக்கும். முகம் பார்த்த உரையாடல்தான் பிழைகளை மன்னிக்கும், கரம்கோத்தலே காதலைக் கூட்டும். புணர்ச்சி முடிந்த நிர்வாணங்களில் துலக்கமுறும் உலகம், அன்பால் நிலைபெறும். வாழ்க.

அன்பு
கார்த்திக் (யாத்திரி)

சமர்ப்பணம்

நல்லாள் தோழி
(RJ Kanmani) கண்மணி பாண்டியன்-க்கு

விரும்பியவர்களின்
அதே முகத்தை
பெற்று வந்திருக்கும் அவர்தம் குழந்தைகளை
ஆசையாய் அள்ளிக்கொள்பவர்களிடம்

அழைத்து
பதிலேதும் பேசாமல்
குரலைமட்டும் கேட்டுவிட்டு
அழைப்பைத் துண்டிப்பவர்களிடம்

தூரமாய் நின்று
கண்நிறையப் பார்த்துவிட்டு
திரும்பிச் செல்பவர்களிடம்

முதலாகத் தந்த
பரிசுப்பொருளை
பத்திரமாக வைத்திருப்பவர்களிடம்

நினைவின் கனம் தாளாது
தனிமைக்காக
கண்ணீரைத் தேக்கிக் காத்திருப்பவர்களிடம்

சென்று நிறுவிக் கொண்டிருக்காதீர்கள்
காதலென்றால்
வெறும் காமம்தானென.
✦

உன் வாக்குறுதிகளை எல்லாம்
சுட்டிக்காட்டி கேள்வி கேட்டு
திணறடிக்க முடியும்தான்.
என்னைக் காதலித்த பாவத்திற்கு
நீ ஏனடி திணறவேண்டும்?
உன்னைக் கவனிக்காமல்
கன்டுகொள்ளாமல்
வேறேதோ திசைபார்த்தபடி
இருக்கிறேன் நான்.
எனக்குத் தெரியாமல்
என்னைவிட்டு
ரகசியமாக எழுந்து போகிறாய் நீ.

✦

கைநழுவும் ஒன்றை
பரிதவித்து இறுக்கிப் பிடிக்கிறேன்,
அதனையே காரணமாகச் சொல்லி
என் கைகளை அகற்றினாய் நீ!

✦

இரண்டு எல்லைகள்

1
முதல் அழைப்பை ஏற்காத நீ
அடுத்தடுத்த அழைப்புகளை ஏற்கமாட்டாய்
என்று தெரியும்தான்.
ஆனாலும்
தொடர்ச்சியாக உன்னை
அழைத்துக்கொண்டே இருக்கிறேன்.
அன்பினாலல்ல,
நீ என்னிடம் திரும்பி வரும் பாதைகளைக் கடினமாக்குவதற்கு.
✦

2
பட்டென்று முறித்து
முகந்திருப்பிச் செல்ல
எத்தனை நேரம் ஆகிவிடப்போகிறது.
நீ திரும்பி வருவதற்கான பாதைகளை
நெய்துவைக்கவே
இந்தப் பிரயத்தனங்கள்.
✦

நான் அப்படிச் சொல்லவரவில்லை
என்று நீ கெஞ்சத்தான்,
வேண்டுமென்றே
தவறாகப் புரிந்துகொள்கிறேன்.
✦

சேர்ந்தெடுத்த புகைப்படங்கள்,
பகிர்ந்த ஒலிக்குறிப்புகள்,
மணிக்கணக்காக அளவளாவிய குறுஞ்செய்தித் தொகுப்புகள்
வழங்கிய பரிசுப்பொருட்கள்,
எல்லாம் அழித்தொழித்தாகிவிட்டன.
உன் நினைவின்
கடைசி மிச்சமாக
முழுதாய் நான் இருக்கிறேனே
என்னை என்ன செய்ய!
✦

இனி
நீயாக என்னிடம் வராமல்
நானாக உன்னிடம் வரமாட்டேன்
என்ற முடிவை
தினம்தினம் எடுத்துக்கொண்டிருக்கிறேன்,
நீயெனைத் தேடாமல் இருப்பதைக் காட்டிலும்
நான் நாடிவந்து செல்வதாலேயே
என்னைத் தேடும் அவசியம் உனக்கில்லையென
நம்பிக்கொள்வது
ரொம்பவும் நிம்மதியாக இருக்கிறது.
✦

வழக்கத்துக்கு மாறாக
உரையாடலை நீட்டிக்கிறேன்.
வழக்கத்துக்கு மாறாக
உன் அருகில்
நீண்ட நேரம் இருக்கிறேன் எனில்,
எங்கோ எதற்கோ சில்லாகிப் போன
இதயத்தை சீர்படுத்திக் கொண்டிருக்கிறேன்.
என் மாற்றங்களை கணக்கில் கொள்ளாதே
என் மாற்றங்களை எனக்கே தெரிவிக்காதே
மாறாக
சற்று நேரம் உடனிரு
சிறகுகளுக்குள் தைத்திருக்கும் முள்ளை
பிடுங்கி எறிய விரலில்லாத பறவை
வந்து அடையும்
பாதுகாப்பு வளையம் நீ
✦

நீ எனக்காகக் காத்திரு
நான் நிச்சயம் திரும்பி வருவேன்
என்று வாக்குறுதி கொடுத்துச் சென்றாள்
தனியாக திசையழிந்து நின்றேன்
வருந்தியுழன்று
காலங்கள் ஆகஆக
மனதிலிருந்து அவள் மறைந்து
மறந்தே போய்
இன்று
நான் வேறொன்றாக மாறிவிட்டேன்
அவள் விட்டுப்போன நானாக நானில்லை.

புத்தாண்டில் புதிய எண்ணின் அழைப்பு
என்னைத் தெரிகிறதா என்றது
தெரிந்துவிட்டது தெரியாமல் எப்படி இருக்கும்!
"தெரியவில்லை. பரிச்சயமில்லாத குரலாக இருக்கிறது யார் நீங்கள்?"
தன் பெயரைச் சொன்னாள்
நான் அவளுக்கு வைத்த செல்லப்பெயரைச் சொன்னாள்
அவளென்றால் எனக்கு எத்தனை விருப்பம் என்றுரைத்தாள்
இப்போதும் நினைவுக்கு வரவில்லையா நான்?
"இல்லை!"

நான் உனக்கு வலிக்கச் செய்தேன்
எனக்குத் தெரியும்
ஆனால் பொய் சொன்னதில்லை
திரும்பி வருவேன் என்று சொன்னேன்
சொன்ன மாதிரியே நான் வந்துட்டேன்
என்னை நினைவிருக்குன்னு மட்டும் சொல்லு
நான் போயிடறேன்

என்று கூறி அவள் குரல் விம்மத் தொடங்கிய வினாடியில்
அவள் என்னிடம் கூற விட்டுப்போன
எங்களுக்கு மட்டுமேயான
அந்தரங்கப் பெயர் ஒன்றைச்
சொல்லியழைத்தேன்.
happy new year.

"உனக்கும் happy new year"
✦

வேண்டாம்
அழைக்காதே அவளை
அவளைத் தேடிப்போகும் -
எல்லாப் பாதைகளையும் அடை.
தொடர்பு எண்ணை அழி
வாட்சப் ஹிஸ்டரி டெலிட் செய்
டெலிக்ராமில் எண் பதிந்திருக்கும்
அதையும் தேடி அழி.
எல்லாம் சரி
மனதில் பதிந்துகிடக்கும்
எண்வரிசையை அழிப்பது எங்ஙனம்?!
அது முடியாது
மீண்டும் அவள் பெயரெழுதி எண்ணைச் சேமி
அழுது தீர்
வேறு வழியில்லை உனக்கு.
✦

நான் உன்னிடம்தான் இருக்கிறேன்
உனக்காகத்தான் இருக்கிறேன்
உன்னை விட்டுப் போகவில்லை
என்பதையெல்லாம்
ஒரு ஐ லவ் யூ சொல்லிவிடுமா தெரியவில்லை
ஆனாலும் தேவையாயிருக்கிறது
ஐ லவ் யூ சொல்லு.
✦

சிறகுகள் வலிக்கின்றன என்றவள் சொல்லிய கணமே
என் கைகளை விடுவித்துவிட்டேன்
அருகில் வந்தாள்
இப்படித்தான் என்னைக் கைவிடுவாயா நீ?
வலிக்கிறது என்று சொன்னால்
வலிக்கிறதா பாப்பா என்று மெதுவாகப் பிடி!
எங்கே போனாலும்
நான் உன்கிட்ட தானே திரும்பி வருவேன்
நீதானே எனக்கு இருக்க என்றாள்.
அன்பிற்குக் கட்டுப்படும் பறவைகளை
கட்டுப்படுத்தாதிருப்பதே அன்பு
✦

அம்மாக்கள் வைக்கும் பெயர்கள்

ஆன்லைன் வகுப்பில்
சிறிய சிறிய குழந்தைகளுக்கு
ஆசிரியர் வீட்டுப்பாடம் பணித்திருந்தார்
ஐந்து பழங்களின் பெயர்களைக் கூற வேண்டும்.
ஒவ்வொரு பிள்ளைகளாக வந்து
தன் பெயர் சொல்லி
ஐந்து பழங்களைச் சொல்லி
thank you miss என்றது.
இறுதியாக வந்த குழந்தை
"வணக்கம் மிஸ் நான் புஜ்ஜி பேசறேன்.
மா பலா வாழை கொய்யா திராட்சை.
thank you miss."
ஏய் இரு உன் பேரென்ன?
"புஜ்ஜி"
பட்டியலில் தேடினார்.
அப்படியொரு பெயர் இல்லை
சீதா என்ற பெயர் மட்டும் மீதமிருந்தது
உன் பேர் சீதாவா?
சீதாவும்தான் மிஸ். நான் புஜ்ஜியும்தான்.
✦

மகாலட்சுமி

ஏழாம் வகுப்பில் அவர் எனக்கு கணித ஆசிரியை. எப்படியும் 32 வயதிருக்கும். திருமணமாகிய பெண். சில நேரங்களில் அவருடைய மகளை பள்ளிக்கு அழைத்து வருவார். அவளோடு விளையாடி இருக்கிறோம். உங்க அம்மா என்னைய அடிச்சிட்டாடி எவ்ளோ திமிர் தெரியுமா அவளுக்கு என்று மகளிடமே அம்மாவைப் பற்றிப் புகார் கூறுவோம். அது நாங்கள் சொல்வது புரியாமல் மலங்க மலங்க விழிக்கும்.

எல்லா மாணவர்களைப் போலவும் முதன்முதலில் நான் பார்த்து ரசித்த இடுப்பு ஓர்ஆசிரியையின் இடுப்புதான். மகாலட்சுமி. கரும்பலகையில் டீச்சர் கணக்கு எழுதிக் கொண்டிருக்கும் போது எந்தக் கோணத்தில் அமர்ந்து பார்த்தால் இடுப்பு சரியாகத் தெரியுமென்று அதற்குரிய இருக்கையில் தேடிச் சென்று அமர்ந்துகொள்வதே நான் கணக்குப் பாடத்தை கவனிக்கும் லட்சணம். இந்த எருமைமாடுகள் வளர்ந்துவிட்டன என்பதை எப்போது அறிந்தாரோ தெரியவில்லை. எட்டுப் பின் குத்தி இடுப்பை மறைத்து சேலை அணியத் தொடங்கிவிட்டார்.

யேசுராஜ் வாத்தியார் மீது எனக்கு எப்போதும் மனக்கசப்பு உண்டு. நான் பள்ளிக்குத் தாமதமாக வரும் நாளெல்லாம் அவர்தான் பிரம்படியால் தண்டிப்பார். துணைத் தலைமையாசிரியர் என்பதால் பள்ளிக்குள் யாரை வேண்டுமானாலும் தண்டிக்கும் உரிமை அவருக்கு உண்டு. அவர் என்றால் மொத்தப் பள்ளிக்குமே அச்சம்தான்.

மகாலட்சுமி டீச்சர் யேசுதாஸ் சார் இருவருக்கும் ஒரு புரிதல் இருந்தது. எதிரெதிரே கண்டால் இருவரும் புன்னகைக்காமல் கடந்ததில்லை. டீச்சர் அதிகமாகப் பேசுவதும் அவரிடம்தான். அதில் எல்லோருக்கும் பொறாமை கலந்த ஆற்றாமை இருந்தது. பள்ளிக்கு வெளியே கூட இருவரையும் ஒன்றாகப் பார்த்ததாகச் செய்தி உண்டு. ஏதோவொரு கடைவீதியில் டீச்சர் தோள்ல சார் கை போட்டு நடந்து போனார் என்ற செய்தி உண்மையா பொய்யா என்றே தெரியாமல் உண்மையென்று நம்ப விரும்பிய எல்லாக் காதுகளுக்கும் சென்றடைந்தது.

இருவரும் காதலிக்கிறார்கள் என்று பள்ளி தீவிரமாக நம்பியது. சுற்றுச் சுவர்களில் இருவரின் பெயர்களையும் எழுதி இதயக்குறி இட்டார்கள் மாணவர்கள். சக ஆசிரியைகள் மகாலட்சுமியை இனி ஒருமாற்று குறைவாகப் பார்க்கலாம் என்பதில் பெருமிதம் கொண்டனர். ஏற்கெனவே

திரியைத் தின்றழியும் தீச்சுடர்

திருமணமான பெண்ணுக்கும் ஏற்கெனவே திருமணமான ஆணுக்கும் காதல் என்பது அவர்களிருவரின் மொத்தத் திறமையையும் புறந்தள்ளி கீழிறக்க இவர்கட்குப் போதுமானதாக இருந்தது.

டீச்சர் இப்படிச் செய்வாங்கன்னு எதிர்பார்க்கவே இல்லையென்று என் நண்பர்கள் பேசிக்கொண்டிருக்கும் போது எனக்குத் தோன்றியது. காதலித்தால்தான் என்ன தவறு? அதனால் நமக்கென்ன.! சமூகம் விதித்த ஒழுக்கக் கோட்பாடுகள் புத்திக்குப் புரியாத வயது அப்படித்தான் சிந்தித்தது. அதன் நீட்சியாகத்தான் நான் இருக்கிறேன். இன்றுமே இவர்களின் கோட்பாடுகள் எனக்குப் புரிவதில்லை. தனி மனிதர்களின் தனிப்பட்ட விசயங்கள் குறித்து கருத்துச் சொல்லவோ விவாதிக்கவோ எவருக்கும் உரிமையில்லை. அவரவர் வாழ்வு அவரவர் பாடு.

கதைக்கு வருவோம்.

இருவர் மீதும் ஒழுங்கு நடவடிக்கை எடுக்கவேண்டுமென்று புகார் செய்யப்பட்டது. எல்லாமே அனுமானங்களின் அடிப்படையான புகாராக இருந்ததால் செல்லுபடியாகாமல் போனது. நான் அதே பள்ளியில் படித்த அடுத்த ஐந்து வருடங்களும் அவ்வப்போது இந்தப் பிரச்சனை எழுந்து அடங்கும். இன்னும் நிறைய கற்பனைக் கதைகள் உண்டாகின. யேசுதாஸ் வாத்தியாரின் மனைவி நோய்வாய்ப்பட்டு இறந்தபோது டீச்சருக்காக அவரே கொன்றிருக்கலாம் யார்கண்டது என்றனர். டீச்சர் அவர் கணவனை விவாகரத்து செய்துவிட்டு யேசுதாஸ் வாத்தியாரை திருமணம் செய்துகொள்ளப் போகிறார் என்றெல்லாம் கதைகள் உலவின.

ஆயிற்று இருபது வருடம்.

இப்போது மகாலட்சுமி டீச்சருக்கு 52 வயது. யேசுதாஸ் வாத்தியாருக்கு முடியெல்லாம் வெளுத்துவிட்டது. இருவரும் சாலையோரக் கடையில் தேநீர் அருந்திக் கொண்டிருந்தனர். எந்தக் கண்களும் அவர்களைக் கண்காணிக்கவில்லை. அவர்கள் இருவருக்கும் என்ன உறவென்று யாரும் விவாதிக்கவில்லை. அவர்களைப் பற்றிய அக்கறையே இந்த உலகத்துக்கு இல்லை.

இருவருக்குமிடையே இருந்த இந்த நட்புதானே இருபது வருடம் முன்னமும் இருந்தது! இப்படியான அக்கறையின்மையைத் தானே அப்போதும் இந்த உலகம் அவர்கட்குத் தந்திருக்க வேண்டும். அது காதலாகவே இருந்தாலும். இங்கு இளமைதான் எல்லாக் கண்களையும் உறுத்துகிறதென்பது ஆபாசம்தான் இல்லையா!

✦

உன் குரல்
அதன் ஏற்ற இறக்கம்
நலவிசாரிப்பு
எள்ளல்
சிரிப்பு
எல்லாம்
கண்ணாடி அறைக்குள் விழுந்த ஒளி போல
சிரசுக்குள் பட்டுப்பட்டுத் தெறிக்கிறது
தாளமாட்டாமல்
உன் எண்ணைத் தேடியெடுத்து
தொடுதிரையில் வேடிக்கைப் பார்த்துக்கொண்டிருக்கிறேன்
அழைப்பதற்கும் மறுப்பதற்கும்
இடைப்பட்ட மனஊஞ்சலில்
ஆடும் நான் உன் கைப்பாவை.
தொடுதிரை தானாக அணைகிறது
அழைத்தாலும் மறுத்தாலும்
அகலாத காதல்
அப்படியே அந்தரத்தில் மிதந்துவிட்டுப் போகட்டும் விடு
கண்மூடி
நானுன் பெயரை அழுத்தமாக நினைத்துக்கொள்கிறேன்
மாயா.

✦

வேறு யாருமே இல்லையென்றால் மட்டும்தான்
போக வேறு வழிகளின்றி
நீ என்னிடம் வருவாய்
அப்படியொரு கடைசி வாய்ப்பாக
நான் இருக்கமாட்டேனெனும்
சுயத்தின் பிடிவாதத்தைக் காட்டிலும்
அதிகம் என்னை அசைப்பது,
நீ யாருமற்ற ஒருத்தியாய் நிற்கிறாய் என்பதுதான்.
எனக்கதன் வலி புரியும்.
எனக்கு மட்டுமே புரியட்டுமே,
என் அவசியமின்றி நீ மகிழ்வாய் வாழ்ந்துவிடேன்
என்னிடம் வராதேயேன் தேவி.
✦

நீ விரும்பும் புத்திசாலித்தனங்கள் எல்லாம்
நான் கட்டிக்கொண்ட வேடம்தான்.
நீ என்னிடம் எதை வெறுக்கிறாயோ
அதுவே நான்.
✦

கார்த்திக் (யாத்திரி)

இந்தக் காலத்தின் பொல்லாத்தனங்களை
எனக்குத் தெரியும் தேவி.
பெரும் கிழிசலை உண்டுசெய்ய
சிறிய இடைவெளி போதுமதற்கு.
செப்பனிட முடியாதபடி
பாதைகளை வன்மையாக்கி
திரும்பி வருவதற்கு
அஞ்சச் செய்யத் தெரியுமதற்கு
மீண்டும் மீண்டும்
என் இருப்பை உன்னிடம் நிறுவுவது
நீயெனை மறந்து போவாய் என்பதற்கல்ல,
நான் மறந்துவிடக் கூடாதல்லவா!
காலத்தோடு
மல்லுக்கு நிற்கும் ஆவேசம்
உன் மீதான காதல்.
✦

அன்பைச் சொல்வதும்,
அன்பாயிருப்பதும்
முற்றிலும் வேறுவேறானவை
என்றுணரும் தருணமே அகத்திறப்பு.
✦

யார் வேண்டுமானாலும்
நிரப்பிவிடக்கூடிய இடம்தான் எனதென
அறிந்தபிறகு
சொல்லிக்கொள்ளாமல் கிளம்பிவிடுகிறேன்.
✦

எல்லாம் எனக்குத் தெரிகிறது
நீதான் என் வாழ்க்கை என்றவர்கள்,
என் வாழ்க்கைக்குள் இனி இருக்காதே எனும்போது
எங்கு செல்வதென்றுதான் தெரியவில்லை.
✦

அன்பின் பெயரில்
நீ எனக்கு இழைத்த அத்தனையையும் -
மன்னிக்கிறேன்.
நான் உன்னை மன்னிப்பின் வழி
கடந்து போகிறேன்.
செல்.
✦

ஊரடங்கிய நள்ளிரவில்
தூக்கம் வாராமல்
நம் பழைய உரையாடல்களை
வாசித்துக் கொண்டிருக்கிறேன்.
திடீரென என் அறைக்கதவை
யாரோ திறந்தது போல
உன் பெயரின் கீழ் online காண்பிக்கிறது.
உண்மை என்னவாகவும் -
இருந்துவிட்டுப் போகிறது
நீயும்
நம் பழைய உரையாடல்களைத்தான்
வாசிக்க வந்திருக்கிறாயென
நான் நம்பிக்கொள்கிறேனே.
✦

ஏதோர் ஊடல்
என் பெயரைச் சம்பிரதாயமாக-
உச்சரித்து அழைக்கிறாய்.
ஏனித்தனை அந்நியமாக இருக்கிறது என் பெயர்
எனக்கு என் பெயர் வேண்டாம்,
நீ வைத்த பெயர்தான் வேண்டும்.
'தங்கம்'
✦

உன் மீதான என் காதல்
எத்தனைக்கெத்தனை தீவிரமானது என்பதை
நான் மட்டுமே அறிவேன்.
சொல்லில் செயலில்
வெளிப்படுவது எல்லாம்
அணைநிரம்பி வழியும் உபரிநீர்தான்.
அதற்கே நீ தத்தளிக்கிறாய்.
✦

ஏதோ சொல்லவென்று உன்னை அழைத்தேன்
அதைத்தவிர அத்தனையும் பேசி முடித்து
சொல்லவந்தது மறந்துவிட்டது.
சொல்ல நினைத்ததைச் சொல்லிவிட்டால்
அதென்ன உரையாடல்,
நினைவுக்கு வந்த பிறகு
மீண்டும் அழைக்கிறேன் இரு.
✦

பணிக்கு மாற்றலாகி வேற்றூர் சென்று
இரண்டொரு மாதத்தில்
அவள் வேறொரு பெண்ணாக மாறியிருந்தாள்
வேலை அவளை விழுங்கி விட்டிருந்தது.

தினமும் பார்த்துப் பழகிய ஒருத்தியின் இன்மை
பெரிதாக விலகிப் போய்விட்டதான
தோற்றமயக்கத்தைத் தருவித்திருந்தது அவனுக்கு.

புதிய வேலை, புதிய இடம், புதிய நண்பர்கள்
புதிய காதல் வந்தால்
தடுப்பார் யார்தானென
மனம் வற்றிப் போயிருந்தான்.

நாளுக்கொருமுறை
வாரத்திற்கொருமுறை என பேச்சுக் குறைந்து
பிரியம் மிகுந்தவளின்
பிரிவு அறிவிப்பை எப்படி எதிர்கொள்வதென
தன்னைத் தயார்படுத்திக் கொண்டிருந்த நாளில்

பதினெட்டு மணிநேரத் தொலைவிலிருந்து
எந்த முன்தகவலும் இல்லாமல்
அவன்முன் திடும்மென்று வந்து நின்றாள்.

என்ன செய்தி? என்ன அசம்பாவிதம்?
எதற்கு வந்தாய்? வேறேதேனும் வேலையாக வந்தாயா?
எல்லாம் கேட்டுவிட்டு
பதில்வேண்டி அவள் முகம் பார்த்திருந்தான்.
எதற்கும் இல்லை.
உன்னைப் பார்க்கத்தான்

இந்தச் சிரிப்பைப் பார்க்கத்தான்.
தோன்றியது. தேடியது.
கிளம்பி வந்துவிட்டேன்.

நெஞ்சத்தில் வெப்பம் பரவி
முகத்தை மூடிக்கொண்டான்.
பிடிக்காமல் போய்விட்டதென
புதுக்காதல் வந்திருக்குமென
விட்டுப் போய்விடுவாளென
எண்ணிய எல்லாம் சொல்லி
மன்னிப்புக் கோரினான்.

முகத்தை மூடியிருந்த விரல்களைப் பிரித்தாள்,
டேய்!
நான் உன் கூட பேசாம இருந்தா
உனக்கு மெசேஜ் அனுப்பாம இருந்தா
உன்னைப் பார்க்க வராம இருந்தா
உன்னை விட்டு தொலைவா போயிருந்தா
உன்னை விட அழகா, உன்னை விட அறிவா
ஆயிரம் பேரோடு பழகுனாலும்
நம்பு! நான் வந்துடுவேன்.

சிரி. என்று சிரிப்பைக் கேட்டு வாங்கினாள்.

முகத்தின் பூஞ்சிரிப்பைக் காணவேண்டி
தூரம்கடந்து வருபவர்களால்தான்
வாழ்வின் பிடிமானம் ஒருபிடி இறுகுகிறது.
✦

அன்பின் பொறுப்பு

மனிதர்களால் வெறுப்பை மட்டும்தான் சரியாகக் கையாளவும் எதிர்கொள்ளவும் முடியும். ஒருவரின் கோபத்துக்கு நிகரான கோபத்தையும், வெறுப்புக்கு நிகரான வெறுப்பையும் வெளிப்படுத்த முடியும். கோபமும் வெறுப்பும் காத்திரமான உண்மைகள். ஆனால் அன்பு? அன்பைத் தருபவர்களிடம் அதேயளவு அன்பை வெளிப்படுத்த முடியுமா? வெளிப்படுத்த முனைந்தால் அது பாசாங்கென்று பச்சையாகத் தெரியும். அதனால் அன்பில் எப்போதும் ஒருவர் வழங்குபவராகவும் ஒருவர் பெறுபவராகவும் இருந்து வருவது வழக்கம். உன் அன்பை அனுமதிக்கிறேன் என்பதையே காதலென்று தவறாகப் பலர் நம்பியும் கொள்வார்கள். அதில் ஒத்துவராமல் ஏற்படும் பிரிவுகளை காதலின் பிரிவு என்றும் கொள்வார்கள். அப்படிக் கொள்ளக்கூடாது.

உனக்கு என்னைப் பிடித்திருக்கிறது, உன் அன்பை அனுமதிக்கிறேன். அதற்குள் நான் பொருந்திப் போகவில்லை என்றால் என்னை விடுவி என்று சொல்லத் தெரிந்தால் தான் அதனை நல்லவிதமாகக் கொண்டுசெல்ல முடியும். அதன்றி நம்மை விரும்புகிறார்கள் என்பதற்காக அவர்கள் தரும் அன்பின் சலுகைகளை அனுபவித்துக்கொண்டே இருந்தால் ஒரு நிலையில் அவர்களே விலகிவிடுவார்கள். அப்போது அய்யய்யோ நம்பிக்கை தந்து ஏமாற்றிவிட்டாயே என்று அரற்றுவதும் நியாயமன்று.

ஓர் உறவை உடையாமல் காப்பாற்றுவது சம்பந்தப்பட்ட இருவரில் ஒருவராகத்தான் இருப்பார். நீண்டகால உறவென்று வரும்போது இது ஒரு பொறுப்பு. இது ஒருவர் கையில் மட்டும் இருப்பது உறவுக்குக் கேடு. பொறுப்பு இருவரிடமும் மாறி மாறி கைமாறிக் கொண்டே இருக்கவேண்டும். அவ்வாறு கைமாற்றிக் கொள்ள முடியவில்லை என்றால் அது காதலென்றாகா.

அன்பின் பொறுப்புகளை பூப்பந்து விளையாடுதல் காதல்.

✦

டாக்சிக்

ஒத்துவராதென்று புத்திக்குத் தெரிந்த பின்னர் விலகத் தெரியாமல் மனம் காதலித்துக் கொண்டிருக்கும், அவர்கள் சந்தோசத்திற்கு என்ன செய்யவேண்டுமென எல்லாம் பார்த்துப் பார்த்து நிறைவேற்றும், தன்னை தன் இயல்பிலிருந்து மாற்றிக்கொள்ளும், தன் சுயத்தை விட்டுத்தரும், அதையெல்லாம் காதலைத் தக்கவைக்கத் தரும் விலையாக எண்ணிக்கொள்ளும், ஆரம்ப காதல் காலத்தின் நல்நினைவுகளில் இருந்து மீளமுடியாமல், இந்த மனவிலக்கம் சீக்கிரம் மாறிவிடுமென நம்பி உடனிருந்து வதை ஏற்பவர் எவரோ அவரே சாதாரண உறவை டாக்சிக் உறவாக மாற்றுபவர்.

என்றைக்காவது என்னுடைய அருமை உனக்குப் புரிந்துவிடாமலா போய்விடும் எனும் போலியான நம்பிக்கையைக் கைக்கொண்டு, இந்த உறவுக்குள் நான்தான் பாவம் என சுயபச்சாதாப நிலைக்குள் இருக்கும் ஒருவர் தன்னுடைய ஆத்மதிருப்திக்கு வலியை அனுபவிக்கத் தொடங்கி விடுவார். நான் கஷ்டப்படுறத பார்க்கறதுதான் உனக்கு சந்தோசம்ன்னா பரவால்ல நான் கஷ்டப்படறேன் என்று ஒப்புதல் அளிப்பது ஒருபோதும் காதலில் சேராது. அது வன்முறை என்பதைப் புரியும்போதுதான் நாம் டாக்சிக் உறவுக்குள் சிக்கிக் கொண்டுள்ளோம் என்பதே தெரியவரும்.

ஒரு உறவு டாக்சிக் ஆக மாறுவதில் இருவரின் பங்குமே இருக்கிறது. டாக்சிக் பெர்சன் என்று ஒருவர் கிடையவே கிடையாது. அது நபருக்கு நபர் மாறுபடும். இதனையெல்லாம் செய்வதால் நீ டாக்சிக் என்று கூறினால் இவற்றையெல்லாம் செய்யும் ஒருவர்தான் தனக்கான தேர்வென எண்ணுபவர் இருக்கவும் செய்வார். யாராக இருந்தாலும் அவரோடு நமக்கு ஒத்துவருகிறதா இல்லையா என்பதுதான் முக்கியம். ஒத்துவராத ஒன்றை பேசிச் சரிசெய்ய முடியாது. அப்படி முடியுமானால் அது தற்காலிக நடிப்பு மட்டும்தான்.

நம்முடைய தேர்வு பிழையாகலாம் தவறில்லை. பிழை தேர்வை சரியாக்கிவிடலாமென வாழ்வை பந்தயம் வைப்பதுதான் தவறு.

அடிக்கடி சொல்லுவாள்.
நீ என்னைப் புகைப்படத்தில்தான் பார்த்திருக்கிறாய்
நேரில் பார்க்கும்போது நான்
இத்தனை அழகுற இருக்கமாட்டேன்
எல்லாம் கேமரா கோண மாயம்.

ஒருவழியாய்ச் சந்திக்க வந்திருந்தாள்

மீயழகி தெரியுமா நீ?

"பொய் சொல்கிறாய்"
இல்லை. உயிருள்ள ஒன்றின் அசைவுக்கென்று
அதன் பாவனைகளுக்கென்று
தனியழகொன்று உண்டு
மனிதர்கள் விரும்புவதும் காதலிப்பதுவும்
அத்தனியழகைத்தான்.

ஒவ்வொருத்தியிலும்
அவளைப் போல இருக்கிறாளென
அவன் தேடி அலைவதும்
அத்தனியழகைத்தான்.
மீயழகிதான் நீ
✦

மணிக்கட்டிற்கு மேல்கையில்
நீளமாகச் சூடுபட்டிருக்கும் தீத்தழும்பை
அவ்வப்போது வருடிக் கொடுத்துக்கொள்கிறான்.
தழும்பிற்கு உள்ளே கூசுகிறது
கருகிப் போகாத ஒரு பெயர்.
✦

சிரிப்பில் அல்லடி.
அழுகையை வேறெங்கோ நீ பகிரும் போதுதான்,
என் தூரத்தை உணர்கிறேன்.
✦

உன்னிடம் மறைக்கவென
என்னிடம் வேறு உண்மைகளே இல்லாத போது
அழுத்தங்களின்றி இந்த மனம்
இறகாகும் சுகம்
சுதந்திரம்.
✦

கருப்பு முடிகளுக்குள்
பின்னி மறைக்க முடியாதபடிக்கு நரைதீற்றல்
கண்களில் சோர்வு
கன்னத்தில் தளர்வு
கழுத்தில் வயதின் வரிகள்
தன் மூப்பு குறித்து பேசிக்கொண்டே இருந்தாள்.
இளமையிலிருந்த புகைப்படங்கள் அனுப்பினாள்
நான் இப்படியாகவெல்லாம் இருந்தேன் என்றாள்
அதில் சிறிய வருத்தம்
அதில் சிறிய ஏக்கம்
அவ்வளவுதான் இல்லையா இந்த வாழ்க்கை!
நான் இனி கொஞ்சம்
பக்குவமாக வேறு நடந்துகொள்ளவேண்டும்
மனதிற்கு ஏன் வயதேற மறுக்கிறது?
அவளைப் பார்த்துக்கொண்டே இருந்தேன்
இத்தனை ஆண்டுகள் ஆகியும்
அவள் தோள்களில்
சிறகு இன்னும்
புத்தம்புது பசுமையாக அசைந்து கொண்டிருந்தது
பறந்து கொண்டிருக்கும்போதே
செத்துப்போகும் வரம் வைத்திருக்கும் உனக்கு
வயது குறித்து என்னடி கவலை.
✦

நாள்கழிந்து வீடேகியவளை
அன்புசெய்யப் பாய்ந்த அவள் குட்டிப்பூனை
நகங்களால் கீறிவிட்டது.
நன்னீரில் காயத்தைக் கழுவி
மீண்டும் தன் கையை அதற்குத் தந்தாள்.
உனக்கு கோபமே இல்லையா?
"பூனைக்கென்ன தெரியும் பூனைக்குட்டியே!"
✦

மறுப்பது உன் சுதந்திரம்,
நீ மறுப்பதை அடமாய் நின்று கேட்டுப் பெறுவதே
என் மீதான முக்கியத்துவமென்று
நானுன் சுதந்திரத்திற்குள் தலையிடுகிறேன்.
இந்த உறவு இப்படித்தான்
அதன் முடிவுறையை எழுத ஆரம்பித்தது.
✦

மிகப் பிடித்தமான பாடலை உனக்கு அனுப்புகிறேன்
மிகப்பிடித்தமான இடத்திற்கு உன்னை அழைத்துச் செல்கிறேன்
மிகப் பிடித்தமான மனிதர்களை உனக்கு அறிமுகம் செய்கிறேன்
அதன் வழி
மிகப் பிடித்தமான உன்னை என் வாழ்க்கைக்குள்
சேர்த்துக்கொள்கிறேன்.
✦

அவளுக்கு யாருமில்லை
அவளுக்கு நான்தான் இருக்கிறேன்
நான் இல்லையென்றால் அவள் என்னாவாள்
அதனால்தான்
எல்லாக் கோபமும் மறந்து
அவளிடம் மீண்டும் மீண்டும் போய் நிற்கிறேன்
என்றான்
இல்லை நண்பா
உன் கற்பனையை விட்டொழி.
நிஜமாய்
உனக்குத்தான் யாருமில்லை.
✦

எப்போதும் அருகில்தான் இருந்தாய்,
தினமும் முகம்பார்த்தோம்.
எல்லா வழிகளிலும்
என் காதலை உணர்த்த
முயற்சித்துக்கொண்டே இருந்தேன்.
உன் மீதான இப்பிரியத்தை
உன்னைத் தவிர
நம்மைத் தெரிந்த எல்லோரும்
அறிந்துகொண்டனர்.
விடைபெறும் தருணமொன்றில்
தன்னை வெளிப்படுத்தினாள்.
நீ என்னை விரும்புகிறாய். எனக்குத் தெரியும்.
உன் காதல் பிடித்திருக்கிறது,
அதற்குள் இருக்கவும் பிடித்தது,
அது சுயநலமென பட்டது,
நீ நல்ல காதலன்,
உன் காதலை அனுபவிக்க ஆசையுண்டு,
ஆயின்
அதே காதலை என்னுள் உணர முடியவில்லை.
நீ வேண்டுமா? வேண்டாமா? குழப்பமாயிருக்கிறது.
உனக்குத்தான் எல்லாம் தெரியுமே
ஏன்? சொல்
சொல்லி என்ன ஆகப்போகிறது.
உவரியில் திளைத்தாலும்
உப்புச் சேராத மீனடி நீ
அஃதுன் பிழையல்ல.
இப்படியே இரு
இப்படியே இருக்கிறேன்.
✦

நவீன பெண்கள் எப்படி இருக்க வேண்டும்?

நவீன பெண்கள் பழைய பெண்கள், ஆண்கள், எய்ட்டிஸ் கிட்ஸ், நைன்டிஸ் கிட்ஸ், twenty's கிட்ஸ் என்று யாரும் எப்படி இருக்க வேண்டுமென்று எந்த வரையறையும் கிடையாது. எல்லோருக்கும் இருப்பது ஒரு வாழ்க்கைதான், அதனை எவ்வாறாக வாழ வேண்டும் தன் வாழ்வின் பாதை என்னவாக இருக்க வேண்டும் என்பதைத் தீர்மானிப்பவர்கள் தனிப்பட்ட அவர்கள் மட்டுமே. they choose, they celebrate, they suffer, they live. whatever that's their life.
அடுத்தவர்கள் வாழ்வை நம்மால் வடிவமைக்க முடியாது. நம்மால் முடிந்தது நம் வாழ்வு என்னவாக இருக்க வேண்டுமென்ற முடிவெடுக்கும் உரிமை மட்டுமே.

இதில் நான் வாழும் வாழ்வுதான் சரியானது நீ வாழும் வாழ்வு பிசகானது என்றெல்லாம் ஏதுமில்லை. உனக்கு சௌகர்யமாக இருக்கிறதா அதுதான் நல்ல வாழ்வு. வாழ் போ.
ஆணோ, பெண்ணோ, நீங்கள் ஒருவரை விரும்புகின்றீர்கள் என்ற காரணத்திற்காக நீங்கள் நல்வாழ்வு என்று நம்பும் ஒன்றிற்குள் அவர்களையும் இழுத்து வந்து நிறுத்த முடியாதென்பது யதார்த்தம். இனி வரும் காலங்களுக்கு இந்த அடிப்படையைப் புரிந்துகொள்வது அவசியம்.

✦

Break Up

ப்ரிய பெண்களே. போதும் இந்த உறவென்று முடித்துக்கொள்ளும் Break Up சம்பவங்கள் சட்டென கணப்பொழுதில் நிகழ்ந்துவிடுவதில்லை. அதற்கான முன்யோசனைகள், இதுகாறும் சிக்கிக்கிடந்த சூழல், எதிர்கால வாழ்வு எல்லாவற்றையும் ஆலோசித்தே Break Up முடிவை எடுப்பீர்கள். பிரச்சனை எங்கு தொடங்குமெனில் - யாரை Break Up செய்தீர்களோ அவர்களை அடுத்தடுத்த நாட்களில் வெகுவாக miss செய்வீர்கள். அதிகப்படியாக miss செய்வதுதான் காதல் என்றொரு கோணத்தின்படி அதனை அணுகிவிடக்கூடாது.

காதலன் என்றில்லை, நம் வாழ்விலிருந்து யார் நம்மை நீங்கிச் சென்றாலும், யாரை நாம் நீங்கினாலும் அவர்களை ஆரம்ப சில நாட்களுக்கு நமக்குத் தேடத்தான் செய்யும். திடீரென்று இப்போது உன்னருகில் இருந்து இருக்கலாமே என்று தோன்றத்தான் செய்யும். காதலனையும் அது போலத்தான் தேடும். காதலனுக்கு நம்மீது உரிமைகள் அதிகம் இருந்தது என்பதால் மாற்றாரைக் காட்டிலும் இங்கு கொஞ்சம் கூடுதல் தேடும். இது ரொம்பவும் இயல்பான ஒன்று. இவ்வளோ நாள் கூட இருந்ததுக்கு இந்த மனத்தேடல் கூட இல்லையென்றால் எப்படி. feel the pain. அங்குதான் காதல் முழுமையடைகிறது
✦

எங்க இருக்க?
என்ன பண்ற?
எப்போதும் நீ என்னிடம்
வினவும் வினாக்கள்
இவையாகத்தான் இருந்தன
இன்று
"எப்படி இருக்கிறாய்?"
என்று கேட்டாய்
நம்முள் உண்டாகிப்போன தொலைவை-
பகிரங்கப்படுத்தும்
உன் நலவிசாரிப்புக்குப் பின்
நான் நன்றாகயில்லை.
✦

பணிச்சூழலின் அலுப்புகளுக்கிடையே
மெல்லிய புன்னகையைத் தரவல்லது
உனது குறுஞ்செய்தி.
✦

முரண்பாடுகளின்றி எந்த உறவும் இல்லை.
நதி இழுத்துச் செல்லும் பாதையில் அடித்துச் செல்ல மரித்த மீனா நாம்?
உயிருள்ள மீன், நீர்ப்பாதையை எதிர்க்கும்.
எதிர்த்து எதிர்த்து நீரிலேயே வாழும்.
✦

மீண்டும் சந்திப்போம் என்ற
நம்பிக்கையைப் பிடித்தபடி
எத்தனையெத்தனை விடைகொடல்கள்!
✦

மனம்கசந்த பொழுதுகளில்,
சொல்லி அழுதால் போதும்-
தேறிவிடுவோம் எனும் நிலைதனில்,
எம்முகம் நினைவில் தோன்றுகிறதோ
அங்குதான் இருக்கிறது உங்களின் வீடு.
✦

உயிரைப் போக்கிக்கொள்ளும் அளவிற்கு
தகுதியான ஒன்றென
இவ்வுலகில் எதுவுமில்லை,
உயிருக்கு நிகரான உன்னதமெனவும் எதுவுமில்லை.
✦

உனக்கு எல்லாம் தெரியும்,
எங்கு செல்வதென
எங்கு செல்லக்கூடாதென
யாரை எதுவரை அனுமதிப்பதென
உன்னை எப்படிப் பார்த்துக் கொள்வதென
இவ்வாழ்வை எப்படி வாழ்வதென,
எல்லாம் தெரியும் உனக்கு.
யாருமே தேவையற்ற உன்னிடம்
"உனக்காக இருக்கிறேன்" எனச் சொல்வதில்
ஒரு ப்ரியம் துல்லியமாக வெளிப்படுமா தெரியவில்லை
ஆயினும் கேள்.
எங்கிருந்து நீ திரும்பிப் பார்த்தாலும்
உனக்காக இருக்கிறேன்.
✦

உன் வாழ்வுக்கு நானும்
என் வாழ்வுக்கு நீயும்
அவசியமற்ற உபரிகள்
ஆயினும்,
அழைத்தால் வந்துவிடும் தொலைவில்
ஒருவரையொருவர்
இருத்திக் கொள்ளும் ரகசியம்தான் என்ன!
✦

உன்னைக் காதலிக்கிறேன் என்பதற்காக,
நான் எனும் அகங்காரத்தைச் சீண்டாதே
அது எனக்கே கட்டுப்பட்டதல்ல.
✦

நான்தான் உன் பலகீனம்.
என்னைத்தவிர
நீ வேறு எதற்குக் கலங்கினாலும்
எனக்கு வலிக்கும்.
✦

பேச்சின் கச்சாப்பொருள் தீர்ந்துவிட்டது
அழைப்பைத் துண்டிக்க மனமின்றி
சற்றுநேரம் அமைதியாக இருந்தவள்
அவளுக்குப் பிடித்த எழுத்தாளனின் சிறுகதையை அனுப்பினாள்
"வாசித்துக் காண்பியேன்
நான் கேட்கிறேன்
கதையை மற்றும் குரலை!"
✦

நீ பழகியவர்களில்
நான்தான் சிறந்தவன் என நிரூபிக்கவே
நிறைய நேரங்களை
விரயம் செய்துவிட்டேன்.
✦

எனக்கெந்த பாதகமும் இன்றி
என்னை விடுவிக்க நினைக்கிறாய்
காயம் கொண்டுவிடுவேனோ எனப்பயந்து
மெதுமெதுவாக உன்னிலிருந்து விலக்குகிறாய்
எல்லாம் இணைந்திருக்கும் அன்பின் நிலைகளென
தவறாக எண்ணிவிட்டேன்
மன்னித்துக்கொள்.
இப்போதுன் குறிப்புகளை
நான் உணர்ந்துவிட்டேனம்மா
இனி உனக்கு இச்சிரமங்கள் இருக்காது.

அவ்வளவு எளிதில் மறந்துபோக மாட்டாய்தான்
படிப்படியாக நிகழட்டும்.
நீ வேண்டாமென
என்னால் சொல்லவியலாது,
முதலில்-
கண்ணாடி முன் நின்று
உன் போலொருத்திக்கு நான் வேண்டாமென
உருக்குலைகிறேன்
என்னை நான் நேரமின்றி வைத்துக்கொள்கிறேன்
உரையாடலை குறைத்துக் கொள்கிறேன்
உன் சிரமங்களை நானே ஏற்கிறேன்
ஒன்றும் ஆகாது
காலம் உன் மீதான அன்பை மட்டுப்படுத்தும்
அன்பின் விளைவாக எழுந்த ஆற்றாமையை ஆற்றும்
ஆற்றாமையால் எழுந்த கையறுநிலையைப் போக்கும்
ஆத்திரம், வெறுப்பு, கோபம், எல்லாம் தீரும்.
என்றேனுமொரு நாள்
எங்கேனும் உற்றுப் பார்த்தபடி
நிலைக்குத்தி
அமைதியாக நான் அமர்ந்திருக்கும் வேளையில்
யாரும் வந்து என் தோள்தொட்டு
என்னாச்சு? என்று கேட்காமல் இருக்க
இந்தக்காலம் அருள் புரியட்டும்.
✦

காதல் எந்தத் தருணத்தில் வெறுப்பாகிறது?

காதலிப்பவர் எப்போதும் என்னோடே இருக்கவேண்டும், என்னோடு மட்டுமே சிரிக்கவேண்டும் அழவேண்டும் என்பதெல்லாம் காதலின் ஆரம்பகட்ட கிளர்ச்சியான பொய்யுணர்ச்சிகள். அஃதோர் நிலையில் தெளிந்தே தீரவேண்டும். எப்போது பார்த்தாலும் கண்ணே, மணியே என்று கொஞ்சிக் கொண்டிருப்பதும் உருகுவதும் காதலில்லை என்ற புரிதலை இருவரும் ஒருசேர அடைந்திருக்க வேண்டும். அல்லாதபோது நாம் காதலென்று நம்பிய ஒன்றைப் போல் இது இப்போது இல்லையே, காதல் தீர்ந்துவிட்டதோ என்ற சந்தேகமெல்லாம் வந்து இல்லை இந்தக் காதல் தீரவில்லை உயிர்ப்போடுதான் இருக்கிறதென்று நிறுவ காதலின் ஆரம்பகட்டப் பொய்யுணர்ச்சிகளை அதீதமாக வெளிக்காட்டத் தொடங்குவீர்கள். சிக்கலும் அங்குதான் தொடங்கும். முன்னம் இருந்த அதே ஆர்வமும் தவிப்பும் இன்றி வலிந்து ஏற்படுத்திக் கொண்ட பொய்யுணர்ச்சியாகத் துருத்திக்கொண்டு தெரியும். அது உங்களுக்கும் தெரியும். அதை ஒப்புக்கொள்ள மனம் விடாது.

அன்றும் இப்படித்தானே உன்னிடம் இருந்தேன் அப்போது இனித்தது. இப்போது ஏன் கசக்கிறது என்று இணை மீது குற்றம் சொல்லி. நீ முன்போல் இல்லை என்று புகார் வாசிப்பீர்கள். இந்த சிறுபிள்ளைத்தனங்களை இணை புறக்கணிக்கும்போது உங்களையே புறக்கணிப்பதாக எண்ணிக்கொள்வீர்கள். உங்களைப் புறக்கணிக்க என்னென்ன காரணமென்று யோசித்து உங்களின் எல்லா வாழ்க்கைப் போதாமைகளையும் குறைகளையும் பட்டியலிட்டு, இதனால் தான் உனக்கு என்னைப் பிடிக்கவில்லை என்று வாதம் செய்வதற்கான சூழலை எதிர்நோக்கிக் காத்திருப்பீர்கள். இதனைத் தீவிரமாக நம்ப ஆரம்பிக்கும்போது நிஜமாகவே அவர்கள் இந்தக் காரணத்தினால் தான் உங்களிடம் வர மறுக்கிறார்கள் எனும் கழிவிரக்கத்திற்குள் மனம் சென்று விடும். அதிலிருந்து வெறுப்பு வளரும். என் குறைகளையும் போதாமைகளையும் காரணம் காட்டி நீ என்னை வேண்டாம் என்கிறாய். நீ எனக்கு வலிக்கச் செய்துவிட்டாய், உன்னை என்ன செய்கிறேன் பார்?. நிற்க. இதில் உங்கள் இணைக்கு ஏதாவது தொடர்பு இருக்கிறதா?

நிஜமாய் அவர்கள் ஒன்றுமே செய்யவில்லை. இதெல்லாமே உங்களின் கற்பனை. கற்பனையை வளர்த்தெடுத்து அதனூடாக வெறுப்பை உண்டாக்கியது யார் தவறு?

இந்த மனம் அப்படித்தான், நம் கைக்கு மீறியவற்றை கற்பனை செய்தே அல்லலுறும். உதாரணமாக "என் காதலி அவள். அவளுக்கும் அவள் நண்பனுக்கும் ஏதோ தொடர்பு இருப்பதாக சந்தேகம் வருகிறது." இந்த சந்தேகம் இருக்கிறது அல்லவா இது வெறும் சந்தேகமாக மட்டுமே இருக்காது. மனம் கற்பனை செய்ய ஆரம்பிக்கும், காதலியும் நண்பனும் இணைந்திருக்கும் வேளையில் உங்களிடம் அகப்பட்டுக் கொண்டதான கற்பனை. அவளை அம்பலப்படுத்திவிட்ட திருப்தி. இந்தக் கற்பனைக்குள் இருந்து நிஜ அவளை காரணமேயின்றி வெறுக்கத் தொடங்குவீர்கள். எத்தனை முட்டாள்த்தனமிது.

இந்த வாழ்க்கையை மேம்படுத்த, அடுத்த நிலைக்கு உயர, கனவுகளைக் கைகொள்ள துணைபுரியாத எதையும் காதலென்று பிதற்றாதீர்கள். காதல் அதன் கிளர்ச்சியிலிருந்து வடிவம் மாறி உந்துசக்தியாக மாறும். மாறுவதுதான் காதல். மாறாதிருப்பது பொழுதுபோக்கு.

✦

"எல்லாவற்றையும் நானே சொல்லிக்கொண்டே இருக்க வேண்டுமா
உனக்கே புரியாதா?
அவ்வளவுதான் நீ என்னைப் புரிந்துகொண்டதா" -
நீ சொல்லிய இவ்வார்த்தைகள்தான்
ஓயாமல் என் காதுகளில் ஒலித்துக்கொண்டே இருக்கின்றன.
நீ என்னை விரும்புகிறாயா என்று கேட்டதற்கும் இதையே சொன்னாய்.
தூர தொலைவு இன்மையில்
நீ என்னைத் தேடுகிறாயா என்று கேட்டதற்கும் இதையே சொன்னாய்.
இப்போது நானுனக்கு தேவையில்லையா என்று கேட்பதற்கு
அச்சமாக இருக்கிறது.
என்னை அடித்துக்கொள்ளும் சாட்டையை
என் கையிலேயே ஏன் கொடுத்தாய்?
✦

திக்கற்று நின்று
திகைத்து விடாதே,
வழிதப்பி வந்தவர்கள்
திரும்புகிறார்கள்
அவ்வளவே.
✦

தொடக்கம் முதலே
உன்னைச் சந்தித்திருந்தால்
நீ என் வாழ்விற்குள் வந்திருந்தால்
வேண்டாத கைகளுக்குள் நான் சென்றிருக்க வேண்டியதில்லை
பிரியமற்ற ஒன்றைப் பற்றிக்கொண்டு அழுதிருக்கத் தேவையில்லை
இரவுகள் தூங்காமல் விழித்திருக்க அவசியம் வந்திருக்காது
இதோ இப்போது உன் அருகில்
நானடையும் இந்நிம்மதிக்கு
இன்னும் எத்தனை இன்னலும் தாண்டலாம்
குற்றமில்லை.
நீ தாமதித்து வந்ததே சரி
✦

நீ சொல்லவராத ஒன்றை
வேண்டுமன்றே இதைத்தான் சொல்லவந்தாயெனப் புரிந்துகொள்கிறேன்.
உன் பேச்சை நான் எனக்கேற்றவாறு திரித்துக்கொண்டேன்.
உன்னை நீ வந்து விளக்க முடியாத தொலைவுக்கு ஓடிச்சென்றுவிட்டேன்.
எல்லா இனிமையான நினைவுகளையும் அழித்து
நான் உன்னைத் தவறாக புரிந்துகொண்ட இந்நிலை மட்டும் தங்கும்.
உன்னை எனக்குப் புரியும்.
எனக்குப் புரியும் என்பதை உனக்குப் புரியவிடமாட்டேன்.
ஏன் இதைச் செய்தாய் எனக் கேட்காதே!
நான் உன்னைக் காதலிக்கிறேன்.
உன் நிம்மதியற்ற நிலைக்குள் நான் இருக்க விரும்புகிறேன்.
அதுவே நிரந்தரமாக உன்னில் என்னை நிறுத்திவைக்கும் என்று
நம்பினேன்.
என்னை மன்னி.
✦

சரி சொல்
உயிரைத் தொட்டுவிடும் சிரிப்பை
எப்படிப் பெற்றாய்?

"இல்லை,
எல்லோருக்கும் தரும் சிரிப்புதான் இது
உயிருக்குள் அனுமதித்தது நீதான்."

✦

உனக்கு மனிதர்களின் சொற்களுக்குப் பின்னிருக்கும்
மறைபொருட்கள் புரிய ஆரம்பித்துவிட்டன
போலியான புன்னகைகளை இனம்காணத் தொடங்கிவிட்டாய்.
இப்படிதான் எல்லோரும்
யாரையும் அனுமதிக்காத
தன் தனித் தீவிற்குள் செல்கிறார்கள்.

✦

நீயற்ற நான்
எண்ணெய் தீர்ந்து போன அகலில்
தன்னைத்தானே எரித்துக்கொள்ளும் திரி

✦

ஒருவர் வாழ்விற்குள் எல்லாமுமாக இருப்பவர்கள்
என்னை எவ்வளவு பிடிக்கும் என்று கேட்டுக்
கொண்டிருப்பதில்லை,
மறந்துபோன பிறந்தநாளுக்காகச் சண்டையிடுவதில்லை,
மறுக்கப்பட்ட அலைபேசி அழைப்புகளுக்கு மனம் குன்றுவதில்லை,
ஒத்திப்போடப்படும் சந்திப்புகளைக் கேள்விகளின்றி
ஏற்றுக்கொள்கிறார்கள்.
வரும்போது வரட்டுமெனக் காத்திருப்பார்கள்
வரவிருப்பம் இல்லையோ எனப் பரிதவிப்பார்கள்
அதெல்லாம் வெறும் பொய் என்று நம்ப விரும்புவார்கள்
இறுதியாக
நீதான் எனக்கு எல்லாமுமாக இருக்கிறாய் என்று -
எப்போதோ சொன்ன சொற்களின் மீது
சாய்ந்து அமர்ந்துகொண்டு
யாரும் பார்க்காமல்
யாருக்கும் கேட்காமல்
தொண்டைக்குழிக்குள் விசும்புவார்கள்.
✦

என்னோடு மட்டும்தான்
இந்தத் துயர் பகிரப்பட்டிருக்கும் என
மனம் போடும் கணக்குகள்தான்
ஒருநாள் உன்னைத் திகைக்க வைக்கும்.
அறி
தெளி
நீயாகினும் நானாகினும்
எந்தத் துயரும்
ஒருவரோடு மட்டுமே பகிர்ந்து
அடங்கிப் போய்விடகூடியதல்ல
✦

இழந்து விடுவேனென பயம் வந்துவிட்டது
பயத்தினால் அதீத அன்பைத் தருகிறேன்.
உனக்குப் போதுமான அளவுக்குப் பின்
விரயமான அன்பு
நீ அதனை ஒதுக்குவதாக எண்ணிக்கொள்கிறது
எண்ணி எண்ணி உன்னை வெறுக்கிறது.
இழத்தலின் முதல்படியில்
வெற்றிகரமாகக் கால்வைத்தேன்.
✦

வீடியோ call பேசிக்கொண்டே
குரல் கேட்டபடி கண்சொக்கி
தூங்கிப் போன பிறகு,
அழைப்பைத் துண்டித்து
மீண்டும் அழைத்து
காதில் மாட்டியிருக்கும் ஹெட்போனை எடுத்து
ஓரமாய் வைக்கச் சொல்கிறது,
விளக்கை அணைக்கச் சொல்கிறது,
இப்போது தூங்கென்கிறது
இணை வந்த பிரியம்.
✦

உன் மீது எனக்கிப்போது
எந்த வருத்தமும் இல்லை
ஆதங்கம் கோபம் ஆசை என எதுவும் இல்லை
உன் அழைப்பிற்கு எதிர்பார்த்துக் காத்திருக்க வேண்டியதில்லை
உன்னோடு போக்கவென நேரம் உண்டாக்க அவசியமில்லை,
உன்னைச் சந்திக்க எந்தத் திட்டமும் இனி தேவையில்லை
இருக்கு என்னும் சிறையிலிருந்து
இல்லை எனும் விடுதலைக்குள்
நீ என்னைக் கை நழுவவிட்டாய் நன்றி.
✦

நிறைய பிணக்குகள்
மனக்கசப்புகள்
உன் எதிர்பார்ப்புகள்
என் எதிர்பார்ப்புகள்
எதிர்கால நலன்
யதார்த்தம்
எல்லாம் கூடி
நம்மை இங்கு நிறுத்தி இருக்கிறது
எப்படியேனும் எல்லாவற்றையும்
சரிசெய்துவிடலாம் எனும் -
நம்பிக்கையின் கடைசி விரலைப் பிடித்தபடி
நகர மனமின்றி நிற்கிறோம்
கடைசியாக ஒரு முறை
அணைத்துக்கொள்ள கைநீட்டியதும்
சடுதியில் நெஞ்சுக்குள்
வந்துவிழுந்து அண்டிய உன் வேகம்தான்
இந்தக் காதல்.
இது போதும்.
✦

உலர்ந்து விடுபட்டுச் சருகாகுதல் முன்னம்
பச்சையத்தோடு பிடுங்கி எறிந்ததால்
உள்ளீரம் காயாது
நிலத்தைப் பற்றிப் பற்றி
முளைக்க எண்ணும்
இலையிடம் சொல்லவேண்டும்
"கொஞ்சம் வலிக்கும்தான்-
பொறுத்துக்கொள்".
✦

என்னிடம் எப்படியும் புரியவைத்துவிடலாம்
புரியவைத்துவிட்டால்
நான் அதிகம் காயமுறமாட்டேன் என
என்னை விட்டுப் பிரிவதற்கான
அத்தனை நியாயமான காரணங்களோடும்
நிறைய ஒத்திகைகளோடும்
வந்திருந்தாய்.
மிகத் தீர்மானமாக
முதலில் பிரிவைத் தெரிவித்தாய்,
கலக்கத்தை, குழப்பத்தை, தவிப்பை,
முகத்தில் காண்பித்து
உன்னைச் சங்கடம் செய்ய மனமின்றி
நிச்சலனமாகச் சம்மதித்தேன்.
அன்பின் கிரணங்கள்
அப்படியேதான் இருக்கின்றன தேவி.
என் சம்மதத்தின் அதிருப்தியில்
உன் முகம் வாடிப் போயிருந்தது.
திரும்புபவனை நிறுத்தி
காரணம் கேட்கமாட்டாயா? என்றாய்.
இப்போது
நீ சொல்லச் சொல்ல
ஒவ்வொரு காரணங்களாகக் கேட்டு
கொண்டிருக்கிறேன்.
வாடியிருந்த உன் முகம்
பொலிவுறும்மட்டும்.
அன்பின் கிரணங்கள்
அப்படியேதான் இருக்கின்றன தேவி.
✦

உனக்கு மேலாக அன்புசெய்யும் ஒருத்தியிடம்
நான் யாரிடமும் காட்ட விரும்பாத
என் அலட்சிய முகத்தைக் காட்டுகிறேன்,
அவள் அன்பை கேள்விக்குட்படுத்தி
இது அன்பே இல்லை என்று நிறுவுகிறேன்,
கோபம்கொள்கிறேன்,
காயப்படுத்துகிறேன்.
அவள்தான் உன் அன்பின் தராசை இறக்குகிறாள்
உன் அலட்சியங்களை எனக்குத் தெரியத் தருகிறாள்
என்னை நீ என்னவாக விரும்ப வேண்டுமென நினைத்தேனோ
அவ்வாறாக வந்து நிற்கிறாள்.
உன்னால் முடியவே முடியாதது அது.
பதட்டமடைகிறேனடி
இல்லை. இது வேண்டாம்
இவள் வேண்டாம்
இவளின் இந்த அன்பு வேண்டாம்
துரத்துகிறேன்.
உன்னைக் குன்றச் செய்யும் எதற்கும் என்னிடம் இடமில்லை
நீ எதை அன்பென்று என்னிடம் காட்டுகிறாயோ
நீ எதைக் காதலென்று எனக்குத் தருகிறாயோ
அதையே நான் நம்ப விரும்புகிறேன்
அதன் பெயர் சரண்.
நீயே கதி.
✦

"ஏன் என் மீது இவ்வளவு காதல்"
என நீ வினவும்தோறும்
வேறு வேறு காரணங்களாக
சொல்லிக்கொண்டே இருக்கிறேன்.
உன்னைக் காதலிக்க
புதிது புதிதாகக் காரணங்கள்
கிடைத்தபடியே இருக்கின்றன.
✦

நீயாக வந்து பேசினால்தான் என்ன?
எனும் வீம்பை கடக்கத் தெரியாமல்தான்
அநேக பிரிவுகளும்.
✦

ஆண்டுகள் பிரிந்து இருந்தாலும்
காதல் கொண்ட மனங்களுக்கு
இடையேயான கண்ணியில்
ஒரு துரு கூட ஏறுவதில்லை,
அதே அணைப்பு
அதே முத்தம்
அதே ஆவேசம்.
✦

பேசும்போது தவிர மீத நேரங்களில்
உன் செய்திப்பெட்டியில்
பச்சை விளக்கு எரிகிறதா இல்லையா என்று
பார்க்க வரமாட்டேன்,
ஓர் அழைப்பை நீ ஏற்கத் தவறினால்
மீண்டும் மீண்டும்
அழைத்துக் கொண்டிருக்கமாட்டேன்,
மனத்திற்குப் பிடித்த ஒருவன் என
யாரையேனும்
நீ எனக்கு அறிமுகம் செய்துவைத்தால்
அவனோடு நீ பேணும் நெருக்கங்கள்
எதுவரை நீளும் என
கற்பனை செய்து அல்லலுற மாட்டேன்,
உன் மொத்த நேரங்களையும்
நானே அபகரித்துக் கொள்ள எண்ணமாட்டேன்,
இந்த உலகம் மிகப்பெரியது கண்ணம்மா, ஒவ்வொன்றாக
அறி.
நீ செல்லும் திசைகளில்,
நான் இல்லாமல் நீ இருக்க விரும்பும் இடங்களில்
வந்து வந்து நின்று
என் இருப்பை நிறுவமாட்டேன்,
நான் உனைக் காதலிக்கிறேன்.

என்னோடு
என்னருகில்
எனக்காக இருக்கும்போது மட்டுமே நீ என் காதலி
மற்ற நேரங்களில் நீயோர் தனிமனுஷி.
உன் தனிமனுஷியை மதிக்கிறேன்.
என் காதலியைக் கௌரவிக்கிறேன்.

✦

கண்மணியின் குறிப்பு :-

அன்பா!
தொடர்பில் விட்டுப்போனவர்களின் எண்களைத் துழாவுகிறேன்
அனைவரின் செய்திக்கும் பதிலளிக்கிறேன்
முன்னம் அறியாத ஒருவனை மழை பார்க்க அழைக்கிறேன்
தேவைக்கதிகமாகச் சிரிக்கிறேன்
நேற்றைக்கு நன்றாகப் பேசினாய் இன்றைக்கென்ன என்று
கேட்பவனுக்குச் சொல்ல பதிலில்லை
உன் இந்த இணக்கம் காதல்தானே என்று கேட்பவனின்
நியாயம் புரிகிறது.
உனக்குப் புரிகிறதா என்னை?
உன் இன்மையில்
நீயற்ற தனிமையில் நான் பிறழ்மனம்.
நண்பா
ஆனமட்டும் சீக்கிரம் வா
தலைகோது
மடி சாய்
தோள்தொடு
கொஞ்சம் அழுகிறேன்
தெளிகிறேன்.
நீயென் சமநிலை.
✦

காதலின் பெரிய உளவியல் கோளாறே எந்நேரமும் அவனோ/அவளோ காதலித்துக் கொண்டே கொஞ்சிக் கொண்டே இருக்கவேண்டுமென எண்ணுவது.

எல்லா நேரமும் காதலுக்குள்ளாகவே அதன் மயக்கத்துக்குள்ளாகவே இருந்தால் பிற வேலைகளை யார் பார்ப்பது? எப்போதும் நான் உனக்கு முக்கியமாக இருக்க வேண்டுமெனும் எண்ணத்தை விட்டொழியுங்கள். அப்படி முக்கியமாகக் கருத யாராலும் ஆகாது.

பிரியமானவர்களின் சிரிப்பை சிரிப்பாகவே பத்திரப்படுத்தத்தான் நாம் இருக்கிறோம். அச்சிரிப்பு நம்மால் மட்டுமே உண்டாக வேண்டும் என்பது சுயநலம். அதில் அக்கறை இல்லை. அவர்களின் மகிழ்ச்சிகளுக்குள் உங்களுக்கே உங்களுக்கான ஒரு சிரிப்பு இருக்கும் அது எல்லா நேரமும் வெளிப்பட்டுக் கொண்டு இருக்காது.

உனக்கான மனமகிழ்வை என்னால் மட்டுமே தரமுடியுமெனும் போலியான கற்பனைகளைக் கைவிடுங்கள். இதுவுமே பெரிய சுயநலம். உன் மகிழ்ச்சிக்கு என்னைத்தான் நீ சார்ந்திருக்க வேணும் எனும் மறைமுக கட்டளை.

யதார்த்தம் முகத்தில் அறையும்போது திணறிவிடுவீர்கள். இணைந்து வாழத் தொடங்கும்போதுதான் எதுவெல்லாம் காதலென்று கருதிக் கொண்டிருந்தோமோ அதுவெல்லாம் காதலே இல்லையென்று புரியும். அதனைச் சரியான வழியில் புரிந்துகொள்வதற்கு இப்போதிருந்தே மனத்தை தயார்படுத்துவது முக்கியம்.

எனதே எனதென்று வைத்துக்கொள்ள மனிதர்கள் பொருட்கள் அல்ல, மனிதர்களைப் பொருட்களாக பாவிக்கும் எந்த உறவும் அதனின் இயல்பான நீடிப்புக் காலத்தைக் காட்டிலும் முன்சீக்கிரமாகவே முடிந்துபோகும்.

ஒருத்திக்கு நண்பன் தேவைப்படுவான், இன்னும் நெருங்கிய நண்பன் தேவைப்படுவான், மூத்த சகோதரன் தேவைப்படுவான், தந்தையின் ஸ்தானத்தில் வைத்துப் பார்க்க ஒருவன் தேவைப்படுவான், தன் மகவைப் போல கனிவாகப் பார்த்துக்கொள்ள அவளின் தாயம்சத்தை வெளிக்காட்ட ஒருவன் தேவைப்படுவான், ஒரு காதலனும் தேவைப்படுவான். காதலன், தான் மட்டுமே அவள் உலகில் இருக்க வேண்டுமென எண்ணி இவர்கள் அனைவருமாக இருப்பதாக உனக்கு எல்லாமுமாக நான் இருக்கிறேன் என்று முன்சொன்னவர்கள் அனைவரையும் வெளியேற்றப் பார்ப்பான். உன் வாழ்வில் வேறு யாரும் வேண்டாம் நான் மட்டுமே போதும் எனும் அதிகாரம். அதனை அன்பின் பெயரால் வழங்கப்படும் போது தடுமாறி விடுபவர்கள் ஏராளம். காதலனால் காதலனாக மட்டுமே இருக்கமுடியும். இருக்கவேண்டும். எல்லாமுமாக இருப்பது ஒரு சுமை. சுமையே ஒரு நாள் வெறுப்பாக மாறிவிடும். (காதலிகளுக்கும் பொருந்தும்)

இருவரும் ஒருவராக இல்லை
இருவரும் இருவராகவே இருக்கிறோம் என்பதைப் புரிந்து ஏற்றுக்கொள்ளுமிடமே அன்பின் வசிப்பிடம்.
✦

i miss you
இல்லை அதுவல்ல
உன்னை இழந்து தவிப்பதல்ல என் துயரம்,
i miss you என்று எழுதி எழுதி
அனுப்பாமல் அழிக்கிறேன்.
அதனைச் சொல்லும் உரிமைக்குள் நான் இருக்கிறேனா
வெளியேற்றப்பட்டு விட்டேனா என்பதறியாது-
உனைத் தேடி ஏங்குவதை
உன்னிடம் சொல்ல வழியற்று நின்று
சுயம்மீறி இறைஞ்சத் தொடங்குகிறேன்
அருகில் வந்துவிடச் சொல்லி மல்குகிறேன்
உன் கைகளைப் பற்றிக்கொள்ள வேண்டுமடி
இப்படிக் கெஞ்சித்தான்
உன்னை என்னிடம் வரவைக்க வேண்டுமா!
வேண்டாம் போ வராதே! i hate you
பரவாயில்லை வந்துவிடு! i love you
என்னை என்ன செய்து வைத்திருக்கிறாய் நீ!
✦

தவறி வாய்வந்துவிட்ட
ஒரு சொல்,
ஒரு வாக்கியம் தனில்
திடுக்கிட்டு
இது தவறென உனக்குத்-
தெரியாதென நிரூபிக்க
மீண்டும் மீண்டும் அதே தவறை
செய்யத் துணிவாய்.
✦

காலம் நேரம் பாராது பேசி
நட்பு வளர்த்து
வளர்ந்த பிறகு
அதுதான் வளர்த்தாயிற்றே என
சொல்லிக்காமல் போய் விடுவார்கள்,
வளர்ந்த நட்பை வைத்துக்கொண்டு
என்ன செய்வதெனத் தெரியாது
திண்டாடிப் போவாய் நீ.
குமையாதே
உனக்கு எப்போதும் அப்படிதான் ஆகும் நண்பா
பழகிக்கொள்.
✦

மீண்டும் மீண்டும்
முன்போய் நின்று
மீண்டும் மீண்டும் பேசி
நல்ல நினைவுகளில் ஏன்
கசப்பைக் கலக்கவேண்டும்?
நிர்மாணித்த எதையும் உடைக்காதே
அதுஅது அதது இடத்தில்
அப்படியே இருக்கட்டும்
பத்திரமாகப் பூட்டி வைத்துவிட்டு வாயேன்
என்ன கெட்டுவிடப் போகிறது!

✦

இந்தக் காதலில்
என்னை நீ கூட்டிச் செல்லும் உயரமும்
நீ நிர்ணயித்திருக்கும் அளவுகோலும்
மிக மிக ஆபத்தானது தேவி.
இன்னொருத்தியால் எட்ட முடியாதது
எவளும் துணியமுடியாதது.
உனக்குப்பின்
அதே உயரத்தைத் தாண்டி கூட்டிச் செல்லும் ஒருத்திக்காக
என்னைக் காலம்முழுக்கக்
காத்திருக்கச் செய்வதில்
உனக்கென்ன அத்தனை திருப்தி!

✦

கேளடி கண்மணி
நீயெனக்கு
என் வெற்றிடங்களை நிரப்பும் ஒருத்தியல்ல,
நீ வந்து தங்கி அமிழ்ந்து
ஒருநாள் விட்டுச் செல்வாயெனில்
அன்று நீ உண்டாக்கிய வெற்றுவெளியை
வையத்தின் அத்தனை நன்மைகள்
கொண்டு இட்டு நிரப்பினாலும்
அவை பாழ்கிணற்றுக்குள் விசிறிய உன்னதங்களாகவே ஆகும்
அதுதான் நீ
அப்படித்தான் நீ என்னுள் நேர்ந்திருக்கிறாய்.
✦

நீ தேற்றுவது பிடித்திருக்கிறது.
வீம்பாக உன்னிடம் வந்து உடைகிறேன்.
என்னை அள்ளிக்கொள்.
✦

உன்னைச் சொல்லி என்ன ஆகப்போகிறது,
என் அன்பை மதிக்காமல் இருக்கிறாய்
என்று புகார் கூறும் நான்தான்
அப்படி உன்னை சொகுசாகப் பழக்கினேன்.
✦

பழைய உறவிலிருந்து -
மீண்டுவிட்டேன் என்கிறார்கள்,
ஒரு முகம்
முகத்தில் படர்ந்த உணர்ச்சிகள்,
ஒரு சிரிப்பு
சிரிப்பு கடத்திய செய்திகள்,
ஒரு தொடுகை
தொடுகை தந்த ரசவாதங்கள்,
எல்லாவற்றையும்
எளிதில் உதறி வெளிவந்தவர்கள் பாக்கியாவான்கள்
நினைத்து நினைத்து
ஏங்கிச் சாவதையே
வரமெனக் கொள்ளும்
முட்டாள்தனங்கள்
ஏனோ சிலருக்கு மட்டும் விதிக்கப்பட்டுவிடுகின்றன
✦

நான் உன்னை அறவே வெறுக்கிறேன்,
மனதில் எழத்தான் செய்யும் ஆயினும்
இந்தப் பிறவியில் -
நான் பார்க்கவே விரும்பாத முகம் உனது.
இனி என் வாழ்விற்குள் எத்தனை பெண்கள் வந்தாலும்
வந்தார் அனைவரும்
உன்னிலிருந்து என்னைக்
காப்பாற்ற முடியாமல் தோற்பர்.
மறக்க முடியாதபடிக்கு மனதில் பதிந்த உன்னை
நான் அறவே வெறுக்கிறேன்.

உன்னை மறந்துவிட்டேன் என்பதை
உன்னிடம் சொல்லிவிடத் துடிப்பதெல்லாம்
அந்நேரத்து உன் முகஅதிர்ச்சியைக் காண்பதற்கா?
கண்டு நானென்ன திருப்தியுறப் போகிறேன்?
ஆயினும்
காணுந்தோறும் சொல்லுவேன்
உன்னை மறந்துவிட்டேன்
உன்னை மறக்க முடியாத உள்ளக் கொந்தளிப்பை வேறெப்படி
தணிக்கவென்று எனக்குத் தெரியவில்லை
நான் உன்னை அறவே வெறுக்கிறேன்.
என்னை அழவிடு.
✦

என் எண்ணுக்கு
கோதை என்று பெயர் சூட்டி
பதிந்திருந்தாள்
one message from kothai
kothai calling you
“கோதை மலர் பூம்பாதம் வாவென்னுதே”
பாடல் வரிகளுக்கு
சிரித்துக்கொண்டதாகச் சொன்னாள்
ஏடி வாடி போடி என பேசிப்பேசி பழகி
எப்போதும் என்னை
அடியே என்றழைப்பது அவளது
வாடிக்கையாகிப் போனது
ஆண் பெண்ணைக் கொஞ்சும்
அத்தனை மொழிகளையும்
எனக்கு வழங்கினாள்
என் மயில்தோகை, மஞ்சக்குருவி
பட்டாம்பூச்சி, செம்பருத்திப்பூ
அப்படித்தான் நான் பெண்ணானேன்.
பின்னொருநாள்
திரைச்சுட்டி ஒன்று அனுப்பினாள்
அதில் என் பெயர்
unknown என்றிருந்தது.
பிறிதொரு வாழ்க்கைக்குள் செல்லும் உன்னை
தடுப்பார் யாருண்டு?
என் வியப்பெல்லாம்
பெண்ணாக்கியவளை
பெண்ணாகவே விட்டுச் செல்லத்-
துணிந்ததை எண்ணித்தான்
இன்று
பணி நிமித்தமாக
ஒரு பெண்ணைச் சந்தித்தேன்
அவள் தன்பெயர் கோதை என்று அறிமுகம் செய்தாள்
நீயாவது நன்றாக இருக்கிறாயா கோதை?
கோதை என்ற பெண்கள் எல்லோரும்
நன்றாக இருந்துவிடுங்களேன்.
✦

நான் ஒருபோதும் எண்ணியதில்லை
சமிக்ஞைகள் மூலமாக -
யாரும் எனக்குச் சம்மதம் தெரிவிப்பார்கள் என,
சமிக்ஞைகள் மூலமாக -
யாரும் எனக்குக் காதல் அறிவிப்பார்கள் என,
சமிக்ஞைகள் புரிந்துகொண்டு
நான் தரப்போகும் பதிலுக்குக்
காத்திருப்பார்கள் என,
ஒருபோதும் நம்பியதுமில்லை
மன்னித்து விடு தேவி
உன் குறிப்புகளை எல்லாம்
என் அவநம்பிக்கைக்குப் பயந்து பயந்து
வெகுசாதாரண ஒன்றாகக்
கடந்து வந்தமைக்கு.
வேண்டாமென முன்னவர்கள்
சொல்லிச் சென்றதைப் போல
நீயும்
முகத்தலடித்தாற்போலச் சொல்லேன்
நான் உனக்கு வேண்டுமென.
✦

மாயா

ஐ லவ் யூ சொல்லும்போதெல்லாம்
நீயுமொரு ஐ லவ் யூ சொல்லுவாய்
ஐ லவ் யூ - ஐ லவ் யூ.
உன்னாயுள் முழுக்க உடன்வர உத்தேசம்,
வாக்களிக்கிறேன்.
வா எனச் சம்மதிக்கிறாய்.
உன் தேகத்தின் ஒவ்வொரு திசுக்கள்உள்ளும்
கலந்துபோக அனுமதி கேட்கிறேன்
வா எனச் சம்மதிக்கிறாய்.
நான் கேட்டு நீ எதைத்தான் மறுப்பாய்?
என்னுள்ளில் எதோ ஒழுங்கு மாறுகிறது
ஆம்
என் கோரிக்கைகளுக்கு செவி சாய்க்கிறாய்
நீ எல்லாவற்றிற்கும் சம்மதிக்க மட்டுமே செய்கிறாய்
நான்கொண்ட காதலுக்குள் பங்குபெறுகிறாய்
இதுவல்ல மாயா யான் கேட்டது,
உன் கரங்கள் பிரியமாகத் தொட்டேந்தும்
சிறு உயிரென ஆதலே என் காதலின் பேராசை.
நான் உனைப் பரிசோதித்தேன் மாயா
இதோ இப்போது
நீயின்றி என்னில் ஒரு புலன் இல்லை
போல
நீயும் ஏதோ ஒன்றை இழந்து இருப்பாயென
என்னைத் தேடி வருவாயென
நிச்சயமற்ற ஒரு நம்பிக்கையைக் கைப்பிடித்திருக்கிறேன்
அன்பை மறுக்கமுடியாததும்
ஏற்றுக்கொள்வதும்
முற்றிலும் வேறு வேறானவை மாயா

உன்னால் மறுக்கமுடியாத என் அன்பை
உனக்குத் தருவதே வன்முறை.
ஒரே ஓர் அழைப்பில்
ஒரே ஓர் அணைப்பில்
ஒரே ஒரு முத்தத்தில்
எல்லாவற்றையும் சரிசெய்து விடுவேன்தான்
காதலைக் காதலாகவே நீட்டித்து விடுவேன்தான்
ஆனால் எதற்கு
நான் உன்னைக் கைவிடுகிறேன் மாயா
நான் உன்னைக் கைவிட்டதையே
உன்னால் உணரமுடியாது.
அதுவே நான்
வாழ்நாளுக்கும்
சுமக்கப்போகும் துயரம்.
ஐ லவ் யூ.
✦

காதலின் பிழைகள்

1

ஒருவரை நீங்கள் விரும்பத் தொடங்கும் போது உங்களை அறியாமலேயே அவர்கள் உங்களுக்கு எவ்வளவு தேவை எவ்வளவு முக்கியம் என்பதை உணர்த்தி விடுவீர்கள். தேக்கி வைத்த மொத்தக் காதலையும் கொண்டுபோய்க் கொட்டிவிடுவீர்கள். இனி ஒருபோதும் உன்னை விட்டு என்னால் விலகிச் செல்ல முடியாதெனும் உத்திரவாதத்தை வலுவாக விதைத்து விடுவீர்கள். என்னை விட்டுப் போகாதே நீதான் என் வாழ்வு நீ இல்லையென்றால் வாழ்வே இல்லையென்று பிதற்ற ஆரம்பிப்பீர்கள், அப்படி ஒருவரை நம் வாழ்வில் ஸ்பெசலாக உணர வைப்பது தான் காதலென்று நம்புவீர்கள். உங்களுக்குள் இருக்கும் vulnerable personஐ வெளிக்காட்ட தொடங்குவீர்கள்.

இனிதான் பிரச்சனை. இதுவரை எதையெல்லாம் காதலென்று நீங்கள் தெரிவித்துக் கொண்டிருந்தீர்களோ அதையெல்லாம் மறுப்பே சொல்லாமல் இதுதான் காதலென்று உங்கள் இணையும் நம்புவார்கள். ஏனெனில் இந்தக் காதலில் உங்கள் இணைக்கு வேலையே இல்லை அவர்கள் காதலைப் பெறுபவர்களாக இருக்கிறார்கள். அவர்களைப் பொறுத்தவரை தன்னிடம் இப்படி ஓர் ஆள் உருகி உருகி வந்து நின்று நீதான் என் வாழ்க்கை என்று சொல்வது ஒரு வகைப் புகழ்ச்சி. கர்வத்தின் தீனி. ஆஹா நான் எவ்வளோ சிறந்தவன்/ள் அதனால் தான் இப்படியான காதலெல்லாம் எனக்குக் கிடைக்கிறது. காதலை அனுமதிப்பதே பெருங்காதல் என்று எண்ணிக் கொள்வார்கள். அவர்களுக்கு என்றாவது காதல் தேவைப்பட்டால் "உனக்கு என்மீது அன்பே இல்லை எனக்கு நீ வேண்டாம்" என்று முரண்டு செய்ய ஆரம்பிப்பார்கள். நீங்கள் உடனே ஐயோ கண்ணே மணியே அப்படிலாம் சொல்லாத நீதான் என் உலகம் நீதான் என் வாழ்க்கை என்று

காதலைக் கொண்டு போய் நீட்டுவீர்கள் அவர்கள் கர்வத்திற்கு தீனி கிடைக்கும். உங்கள் ஒட்டுமொத்த வாழ்க்கைக்கும் இதையே செய்ய நீங்கள் நிர்பந்திக்கப்படுவீர்கள்.

என்னடா நடக்கிறது இந்த உறவுக்குள் என்று நீங்கள் சுதாரிப்பதற்கு முன் இவ்வுறவு அதன் டாக்சிக் நிலையின் உச்சத்தை எட்டி இருக்கும். இல்லை இது காதல் இல்லை என்று உணர்ந்து விலக நினைத்தால், நீங்கள் தான் ஏதோ அவர்களை வஞ்சித்து விட்டதைப் போல முகத்தை பாவமாக வைத்துக் கொண்டு வாழ்வே வெறுத்துப் போன விரக்தியில் இருப்பார்கள். நாம் ஒன்றுமே செய்யவில்லையே ஒரு நல்ல காதலை மட்டும்தானே வழங்கினோம் எல்லா பிழையும் ஏன் நம் மீதே வந்து விடிந்து இருக்கிறது என்பது புரியாமல் குழம்பிக் கொண்டு இருப்பீர்கள் ✦

2

மனித மனமானது எப்போதுமே ஒரு துன்பத்தை எதிர்நோக்கியே காத்திருக்கிறது. கொஞ்சம் மகிழ்ச்சியாக உணர்ந்தாலே ஐயோ சந்தோசப்பட்டுவிட்டோமே இப்போது என்ன துன்பம் வரக் காத்திருக்கிறதோ என்று பயந்து, வரக்கூடிய துன்பம் சீக்கிரம் வந்து போய்விட்டால் நன்றாக இருக்குமே என்று யோசிக்கும். மகிழ்ச்சியுள் இருக்கும்போது மேலும் வரக்கூடிய மகிழ்ச்சிகள் ரொம்பச் சாதாரண ஒன்றாக இருக்கும். ஆனால் சிறிய துன்பம் கூட மாபெரும் மலையாகக் காட்சி அளிக்கும். போலவே துயருக்குள் இருக்கும் போது மேலும் ஏற்படும் துயர் அர்த்தமற்ற துயராகவே கருதப்படும் ஆனால் அப்போது தரப்படும் சிறிய அன்பு கூட இவ்வாழ்வில் கண்டே இராத அன்பாக, பெருங்காதலாக மனம் எண்ணிக்கொள்ளும். ஒருநிலையில் மனம் துயரிலிருந்து சமப்படும்போது. இது ஒன்னும் அவ்வளோ பெரிய அன்பாகவெல்லாம் இல்லையே என்று யோசிக்கும். இது பேரன்பு என்றும் சாதாரண நலவிசாரித்தல் என்றும் நாம்தான் ஒவ்வொன்றாக மாற்றி மாற்றி எண்ணிக்கொள்கிறோம். நம்மீது கரிசனமாக இருப்பவர்கள் மீது ஒரு பிழையும் இல்லை.

அதே போலத்தான் நாம் ஒருவர் வந்து காதலிக்கத் தகுந்த இடத்தில இல்லை என்று மனம் நம்பும். எப்போது வேண்டுமானாலும் நம் காதலைப் புறக்கணிப்பார்கள். நம்மை விட்டுச் செல்வார்கள் என்ற அவநம்பிக்கையை சுமந்தபடியே இருப்போம். காதலென்பது சந்தோசம் அதில் பிரிவென்பது துயர் எனில், பிரிவை எதிர்நோக்கியே பயந்துகொண்டு நிகழ்காலக் காதலில் லயிக்க முடியாமல், பொசசிவ்னஸ், அப்சஸ், என்று உடனிருப்பவர்களைத் தொந்தரவு செய்து , கூடவே இருப்பவர்களை எனக்கு வேறு யாருமே இல்லை நீ போய்விடாதே போய்விடாதே என்று எரிச்சலுக்கு உள்ளாக்கி, நானே போய்த்தொலையிறேன் என்று அவர்கள் வாயாலேயே சொல்லக்கேட்கும் வரை இந்தப் பயம் தீர்ந்துபோகாது. கடைசியில் நான் பயந்தது போலவே நடந்துவிட்டது என்றும் நாம் சரியாகத்தான் இந்தக் காதலில் சிந்தித்து இருக்கிறோம் என்றும், என்

காதல் சரியானதுதான் நான் தேர்ந்தெடுத்த ஆள்தான் தவறு என்றும் நம்மை நாமே தேற்றிக் கொள்வோம். இது toxic. எப்போதுமே நம்மை ஒரு பாவம் போல எண்ணிக்கொள்வதும், உறவில் கைவிடப்பட்ட நிலைக்குச் சென்று நின்று கொள்வதும் நம் மனநிலைக்கு ஆபத்து. இவ்வளோ பாவமான என்னை நீ ஏமாற்றி விட்டாயே என்று அவர்கள் மீது கோபம் வரும். தன்னிலையை இழக்கத் தொடங்குவோம். எல்லா வன்முறையும் இப்படிதான் ஆரம்பிக்கிறது.

ஆயிரம் முறை நீ எனக்கு வேண்டும் வேண்டும் என்று நம்மிடம் சொல்லும் போது அதனை எண்ணி மகிழும் அதே நாம்தான், ஒரே ஒரு முறை நீ எனக்கு வேண்டாம் என்று அவர்கள் சொல்லிவிட்டால் உடனே அதுதான் இனி வரும் காலத்திற்கான நிஜம் என்று உறுதியாக நம்பித் துயருறுகிறோம். இணைந்திருப்பது தற்காலிகம் என்று நம்பும் நம்மால் பிரிவை ஏன் தற்காலிகம் என நம்ப முடியவில்லை.? ஏனெனில் நாம் இன்பத்தை விட துன்பத்திற்கே அதிகம் ஆசைப்படுகிறோம். எல்லாமே தற்காலிகம்தான் எனும் நிலைக்கு மனம் தகவமைந்துவிட்டால் நாம் எதுகுறித்தும் கவலைகொள்ளாமல் இதோ இந்தக் கணத்தில் வாழத் தொடங்குவோம். வாழ்க.

✦

மீண்டும் உன்னிடம் நாடி வந்து நிற்பது
காதலினால் அல்ல.
உன்னிலிருந்து வெளியேறி
முற்றிலுமாய் கடந்துபோக
இந்த மனக்கசப்பு போதவில்லை,
இந்த வலி போதவில்லை,
நான் வந்து நிற்கிறேன்
இன்னும் கொஞ்சம் கசப்பிற்கு
இன்னும் கொஞ்சம் காயத்திற்கு
வேறு வழியில்லை
இது இப்படிதான்
முடிவை எட்டும்.

நீ வேலையாக இருப்பாய் என நினைத்தேன்
இன்று என்னைப் பிடிக்கவில்லையோ என நினைத்தேன்
என்னை தவிர்க்கத் தயங்குகிறாயோ என நினைத்தேன்
இப்படிதான் நானே எல்லாம் நினைத்துக்கொள்கிறேன்
முன்பு நீ என்னை விரும்புவதாகக் கூட.
I am sorry.

ஏன் அழைத்தாய்? என்ற கேள்வியை
நீ கேட்காத வரை
ஏன் அழைத்தேன்! என்றொரு பதிலை
நான் சொல்லாதவரை
நமக்கிடையில் இருக்கப்போவது
அழகான காலம்.
✦

இறக்கிவிடுவார்களோ என்று
எந்தவொரு முக்கியத்துவங்களில் இருந்தும்
சப்தமின்றி
அதுவாகவே இறங்கி நின்றுகொள்கிறது
வலிக்கு அஞ்சும் மனம் ஒவ்வொன்றும்.
✦

எதுவும் நிரந்தரமில்லை
என்றொரு நிலையை எட்டாதே
அது உண்மையாகவே இருப்பினும்,
எதையேனும் நிரந்தரமெனப் பற்றிக்கொள்
நம்பு
ஏமாறு
மீண்டும் நம்பு
இல்லேல் இவ்வையம் உனக்கு சூன்யம்.
✦

கார்த்திக் (யாத்திரி)

இனியும் எப்போது சந்தித்தாலும்
நாம் இன்றுபோல
இதேபோலத்தான் பேசிக்கொள்வோம் -
என நம் உறவின் மகத்துவம் பேசுவது.
இதுவரை பேசாதிருந்த காலங்களுக்கும்
இனி பேசாமலிருக்கப் போகும் காலங்களுக்குமான சமாதானம்.
✦

பார்க்க அழகாக இருந்தது
வாங்கிவிட்டேன்.
அழகான பொருட்களை எல்லாம்
நானே வைத்துக் கொண்டிருப்பதில் என்ன பயன்?.
இந்தா!
நீ வைத்துக்கொள்
நினைவாக.
✦

அக்கறைகளின் கடைசி விசும்பல்.
"எக்கேடும் கெட்டுப்போ, எனக்கென்ன வந்தது"
✦

எல்லாம் மாறித்தானே போகும்
அதுதானே இயல்பு!
நீ மட்டும் ஏனடி
முன்புநான் பார்த்தது போல
அப்படியே இருக்கிறாய்.
உன் உள்ளில்
அறிவில் சிந்தனையில்
எந்த மாற்றமும் நிகழவில்லையா?

"ஏன் நிகழவில்லை!
நானும் மாறித்தான் போய்விட்டேன்
ஒன்றை மட்டும் அறிவில்கொள்
என் மாற்றங்கள் வெளிக்காட்ட வேண்டிய இடம்
நீ அல்ல என் ப்ரியனே!
இதோ
இப்போது நான் தரித்திருப்பது
எப்போதும் தரிக்கவிருப்பது
ஆசையாசையாய் நீ மகிழ்ந்துருகிய
பேதை உரு.
உன்னிடம் மட்டும்தான்
நான் வெளிப்படுவேன்."
✦

நாம் அறிமுகம் ஆனதை
முதன்முதலில் முத்தமிட்டதை
மகிழ்ந்து குலாவிய பொழுதுகளை
அடிக்கடி நினைத்துக்கொள்கிறாய்,
யாரிடமேனும் நம்மைப்பற்றி
அடிக்கடி பேசுகிறாய்.
கடந்தகாலத்தில் லயிக்கத்தான்
காதலுக்குப் பிடிக்கும்,
கடந்துவந்த பிறகுதான்
காதலும் புரியும்.
✦

அதிகம் நெருங்கிடாத ஒருவனாக
அடிக்கடி பேசிடாத ஒருவனாக
தூரத்து நட்பாக
நீ என்னை நிறுத்தி வைத்திருக்கிறாய்.
ஒரு நாளும் நமக்குள்
பிணக்குகளே வரப்போவதில்லை.
எந்தப் புயல் வரினும்
புற்களுக்கு ஒன்றும் பாதகமிருக்காது தான்.
என் ஆசையோ
அடிவேரோடு பிடுங்கி எறியப்படுதல்.
✦

வெளிப்படுத்திவிட்டு
திணறி நின்ற
இக் காதலை
எத் தீஞ்சொல்லும் சொல்லாது
வளர்ப்புப் பிராணியை வாஞ்சையோடு -
கொஞ்சும் கண்களோடு
ஏற்கமுடியாமல் போனதற்காய்
மன்னிப்புக் கேட்டுக் கொண்டிருக்கிறாய்.
ஒரு கர்வம்
நான் சரியான பெண்ணைத்தான்
காதலித்திருக்கிறேன்.
✦

உன்னை விட்டு விலகுகிறேன் என்று
உன்னிடமே வந்து சொல்லிக் கொண்டிருப்பது -
விலகுவதற்காக அல்ல.
அப்படியேனும் எனைக் கண்பார் எனும் கோரிக்கை.
✦

"நான் இருக்கிறேன்" என்று நீ
துணையிருந்தால் மட்டும் போதும்,
எல்லா அசந்தர்ப்பங்களையும்
நானே சமாளித்துக்கொள்வேன்.
✦

கார்த்திக் (யாத்திரி)

முன்னாள் இந்நாள்
என்றெல்லாம் இல்லை
காதல் எந்நாளுக்குமானது

உனக்கும் எனக்குமான
இந்தக் கால இடைவெளி
ஊதினால் பறந்துவிடும் தூசிப்படலம்.

என்றைக்கானாலும் சரி
நீ வந்து முன் நின்றால்
என் ஆணிவேர் அசையும்.

ஏற்றிவைக்க மட்டுமே வழியுள்ள
காதலின் பீடத்தில்
நீயே ராணி.
✦

சிரிக்கும் போது
இடுங்கிக்கொள்ளும் பெண்கண்கள்
எரிநட்சத்திரம்.
✦

எல்லாவற்றையும் மறந்து
கோபம் தணிந்து
வருத்தம் அழிந்து
உன்னை எண்ணித் ததும்பும்
உன்னிடம் வந்துவிடத் துடிக்கும்
இந்தக் கணத்தைக் கடந்துவிட்டால் போதும்
நாளை நானாகப் பிழைத்துக்கொள்வேன்.
✦

இதோடு எட்டு மணி நேரம்,
இன்றோடு நான்காம் நாளென
பேசாதிருந்த பொழுதுகளைக் கணக்கிடுவதை
சீக்கிரமே எண்ண மறந்துபோவாய்
கவலையுறாதே.
✦

எல்லாம் சரியாகத்தான் இருக்கின்றன
எதுவும் மாறிவிடவில்லை என்பதை
எனக்கே உணர்த்த
என்றேனும் அழைப்பாய்,
நான் இன்னும் இருக்கிறேன் என்று
உறுதிசெய்து கொண்டபின்
வழக்கம்போல
மாயமாகிவிடுவாய்.
எத்தனைமுறை என் இருப்பைச் சோதித்தாலும்
நேரிலே வந்து சந்தித்தாலும்
உனக்குப் புரியப்போவதில்லை
உன் நிழலில் இளைப்பாறத் துடித்தவனை
உன் உள்ளங்கைகளுக்குள் சுருண்டுகொள்ளப் பார்த்தவனை
மரணத்தருவாயில் உன் மடிசாய நினைத்தவனை
நீ எப்போதோ தொலைத்துவிட்டாய்.
தக்கவைக்க யாருமின்றி
தானாகவே தொலைந்துபோகும் அன்பின் கேவல்
யார் செவிக்குத்தான் எட்டும்!
✦

ஓர் பார்வையில்
ஓர் சிரிப்பினில்
ஓர் அழுகையில்
கண்டுகொண்டேன்
நீ என்னை விரும்புவதை
நீ என்னைக் காதலிப்பதை
நீ எனக்காக உருகுவதை,
இனி நீ என்னுடன்
நெருங்கு
தொலைவுசெல்
வந்து வாழ்
வாராது போ
ஏதாகினும் என்ன?
என்னை உன் வாழ்வில் இருந்து அகற்ற முடியாது
அதற்காகத்தான் இம்மகிழ்வு
என் சகலமே!
✦

மனதில் முகிழ்க்கும் பேரன்பை
தங்குதடையின்றி மலரவிடுவதும்
சாத்தியம் இருக்கும் வரை வாழ்ந்துகொள்வதும்,
அன்றி வேறென்ன காதல்!
✦

எதனால் எதனால்
உன்னைப் பிடித்திருக்கிறதென
நான் சொல்லும் அனைத்தும் பொய்தான்,
உன்னை விரும்புகிறேன்
அது மட்டுமே நித்திய சத்தியம்.
✦

தேவையெனில் வருவாள்
இல்லையெனில் கண்காணாது போய்விடுவாள்
அவளையா காதலிக்கிறாய்?
ஆம்.
எனக்கிந்தப் பிறவியே
அவள் வந்துபோகும்
வனமாயிருக்கத்தான்.
✦

இந்த மனம் எவளைக் கண்டாலும்
பின்னோடும் பிசாசு,
உன்னில் மாத்திரம் நிறுத்தி வைக்க
நான்கொள்ளும் பிரயத்தனம் அதனைக்
காதல் என்கிறேன்.
✦

ஆறுதலாக இருப்பதாலோ
துன்பம் துடைப்பதாலோ
நேரம் செலவழிப்பதாலோ
சிரிக்கச் சிரிக்கப் பேசுவதாலோ
முன்னுரிமை அளிப்பதாலோ
ஏன் காமத்தினாலுமே கூட
ஒரு காதல்
அதன் ஆழத்திலிருந்து வெளிப்பட்டுவிடுமென
எந்த நிச்சயமுமில்லை.

இதெதுவும்
நிகழ்வாழ்வில்
சாத்தியப்படுத்தாதவர்கள் மீதும்
பொங்கிக்கொண்டிருக்கும்
காதலே சாட்சி.
✦

வாழ்தல் :-

யதார்த்தத்தின் சாத்தியங்கள் என்ன? பேசிப்பேசி பேசுவதற்கான கச்சாப்பொருள் தீர்ந்து மௌனத்தின் எதிரெதிர் கரைகளில் அமர்ந்து வேடிக்கை பார்த்துக் கொண்டிருப்போம்.

எல்லாவற்றிலும் உன் முக்கியத்துவத்திற்குள் என்னை வைப்பாய். அகமகிழ்வேன், பிறகொருநாள் உன் முக்கியத்துவத்திற்குள் இருப்பதே எனக்குச் சிறையாகத் தோன்றும். என்னை விடுவி என்று கெஞ்சுவேன்.

எதைத் தேர்ந்தெடுப்பதானாலும் எப்போதும் என்னையே நாடிவரும் உன்னை ஒருநாள், தொந்தரவு செய்யாதே சுயமாக யோசித்து உனக்குப் பிடித்ததைச் செய் என்பேன்.

வேறு பெண்களிடம் நான் பேசினால் முகம் சுருங்கி பாவம்சமைத்து சண்டை பிடித்துவந்த நீ, ஓ இப்போதெல்லாம் என்னைப் பிடிக்கவில்லை அப்படித்தானே என்று கசப்புச் சண்டைகளைத் தொடக்குவாய்.

நான் விரும்பிய நீ இப்போதையே நீயே அல்ல அவள் என்றோ இறந்துவிட்டாள், நீயும் என்னிடம் அதையே சொல்வாய். விரும்பிப் பார்த்த முகம், பார்க்கத் தவிர்க்கும் முகமாகி இருக்கும்.

என் வாழ்வில் எப்படியெல்லாம் காயமுற்றேன் எதனாலெல்லாம் காயமுற்றேன் என நீயும் நானும் பரஸ்பரம் அறிவித்து. நம் உறவுக்குள் நாம் அதையெல்லாம் செய்யக்கூடாதென முடிவெடுத்து, கடைசியில் அதையே செய்து காயப்படுத்தத் துணிந்திருப்போம்

எத்தனை ஜென்மங்கள் ஆனாலும் பிரியவே கூடாதென சத்தியம் செய்த நாம், இனி நட்பாகக் கூட நீ வேண்டாமென வெறுத்துப் பிரிவோம்.

அத்தனைக்கும் சாத்தியங்கள் உண்டுதான். ஆனாலும் என்ன!
நாம் எல்லாவற்றையும் பொய்யாக்க முயற்சிப்போமே.
யதார்த்தத்தின் சாத்தியங்களைச் சேர்ந்து வெல்வோமே,
இச்சிறிய வாழ்வைக் கைகள் பற்றியபடி ஒன்றாகக் கடந்து விடுவோம் வாயேன்.

✦

இவள் :-

இருசக்கர வாகனத்தில் சாலையில் பயணித்துக் கொண்டிருக்கும் போது முன்னே ஒரு ஸ்கூட்டி. புடவை அணிந்திருந்தாள். காற்றில் பறக்கக்கூடாதென முந்தானையை இழுத்து இடுப்பில் சொருகிய இடத்தில கூடுதலாகக் கொஞ்சம் அழுத்தம் சேர்ந்திருந்தது. வெயில்பட்டு ஈரம்கண்ட துணிமூடா பரப்புகள் மின்னிற்று. ஸ்கூட்டியை முந்திச் சென்று நிதான வேகத்தில் வாகனத்தைச் செலுத்தினேன். ஸ்கூட்டி முந்தியது. மீண்டும் நான். மீண்டும் ஸ்கூட்டி. நான்குமுறை இந்த பின்தங்கி முன்தங்கும் விளையாட்டுக்குப் பின் ஸ்கூட்டியே நின்றது. ஒரு ஸ்கூட்டிக்கு பின்னாடி வருவது அகௌரவமாகத் தெரிகிறது அல்லவா உங்களுக்கு. i mean ஆண்களுக்கு. முந்தி முந்திப் போறிங்க.

அகௌரவம் என்றில்லை. சாலையில் சில வளைவுகள் ஆபத்தானவை. சீக்கிரம் கடந்துவிட்டால் உயிருக்குச் சேதாரம் இருக்காது அல்லவா!

புருவம் நெருக்கி யோசித்து. சட்டென அவளுக்குக் கண்ணில் ஒளிவந்துவிட்டது. சொருகிய முந்தானையை இழுத்துவிட்டுக்கொண்டே உதட்டை உள்ளிழுத்துச் சிரிப்பை மறைக்கலானாள்.

சில சமயம் சிரிப்பு கூட உயிருக்குச் சேதாரம் விளைவிக்கும் தெரியுமா?.

இம்முறை மறைக்க விரும்பாத சிரிப்பு.

bye

bye.

ரியர் மிரரில் அவள் மறையும் வரை பார்த்துக் கொண்டே போனேன். பார்த்துக் கொண்டு நின்றாள்.

அவ்வளவுதானா? அவ்வளவுதான். அவ்வளவாக இருப்பதே அதற்கு அழகு.

✦

உனக்குப்பின்
இப்பிறவியை
துயரே அண்டாமல் வாழ்ந்துவிட வேண்டும்.
உலகின் சிறிய ஒதுக்குதலுக்கே தாளாமல்
உன் கரங்களுக்குள் ஓடி வந்துவிடத் தோன்றும்
இந்த மனதை
உன் இன்மைக்குப் பழக்குவதற்காக வேணும்.
✦

ஒரு sorryயில் தீர்ந்து விடக்கூடிய பிரச்சனை,
ஒலிக்கும் என் ஒவ்வொரு குரலிலும்
உன் புருவம் உயர்ந்து தாழ்ந்து சுணங்கும்.
நான் காத்திருக்கிறேன்
ஒரு sorry கேட்டா கிரீடம் இறங்கிடுமோ! என
நீ பிடிக்கப்போகும் புதுச் சண்டைக்காக.
✦

யாருமே இல்லையென்று
முதலில் முன்வந்து துணை நின்றதும்,
எல்லோரும் வந்துவிட்ட நெரிசலில்
சொல்லிக்காமல் பின்வாங்கி
வெளிவந்ததும்
நீயாகவே இருப்பாய்.
விடு
இதென்ன புதிதா!
✦

கௌரவிக்கப்பட வேண்டாம்
சிறுமைப்படுத்தப்படாது இருந்தாலே
தலைதந்துவிடும் அன்பு இது.
✦

நம் நலன்வேண்டிக் காத்திருப்பவர்களுக்கு
நான் நன்றாகத்தான் இருக்கிறேன் நீ நிம்மதியாயிரு
என்று சொல்லும் செய்திதான் எல்லாம்.
✦

அவள்தான் உலகம்
அவள்தான் உலகம் என்று
பிதற்றிக் கொண்டிருந்தாய்
இன்று அவள் இல்லாமலும் நன்றாகத்தானே வாழ்கிறாய்
என்ன குறைந்து போய்விட்டது?
குறைந்து போனதைக் காண்பிக்கிறேன் நண்ப,
ஒரு காதல் செய்
உயிரைக் காலடியில் சமர்ப்பி
கன்னம் உரசு
கண்மை ரசி
இதழ்மெய் ருசி
தொழு
ஈருடலைத் திரியாக்கி ஒளிசெய்
களித்துக் கிட
கண்ணீரில் நனை
காத்திருந்து பதைத்து
கண்ணெதிர் கண்டதும் பூரித்துப் போ,
காலம் விலக்கி வைக்கும் நாளில்
போகாதே போகாதே என்று
கழுத்தைக் கட்டி நின்றவள் கரங்களை
கட்டாயமாகப் பிரித்துவிட்டு
திரும்பிப் பார்க்காமல் வா
குறைந்தது எதுவென்று
உனக்குத் தெரியும்.
அப்போது புரியும்
நன்றாக வாழ்கிறேன் என்பதெல்லாம்
நன்றாக வாழ்கிறேன் என்றர்த்தமல்ல.
✦

அவளுக்கென்ன, திமிரானவள்
அவளுக்கென்ன, திறமையானவள்
அவளுக்கென்ன, துணிந்தவள்
அவளுக்கென்ன, அவளை அவளே பார்த்துக்கொள்வாள்.
ஒரு துயருக்கு ஆறுதல் மொழிகள்
இப்படியாக வருமென்று நினைத்தாளில்லை.
இறுதியாக துயரிடமே சொல்லிக் கொண்டிருந்தாள்
"எனக்கும் வலிக்கும் என்பது
உனக்கு மட்டும்தான் புரிகிறது இல்லையா!"
✦

உன்னிடம் எந்தக் காரணத்திற்காக வயப்பட்டாளோ
அதே காரணத்திற்காக இன்னொருவனிடமும்
வயப்பட்டுவிடமாட்டாள்.
பெண்மனம் அதனைப் புரிந்துகொள்ளாமல்
அவளைக் காதலிப்பதாகச் சொல்வது வெறும் பாசாங்கு.
✦

உன்னை அடைவதற்கு
எத்தனை முட்களை
தாங்கி வந்திருக்கிறேன் தெரியுமா தேவி!
ஒவ்வொரு காயமாகத் தடவிப்பார்த்து
என் வலிக்கு நீ அழாதே,
அதான் வந்து சேர்ந்துவிட்டேனே!
இனி எனக்கு எல்லாம் ஆறிவிடும்.

✦

அறிமுக உரையாடலில் கேட்டுக்கொண்டேன்
“உன்னை, உன் பெயரை நான் எப்படி அழைக்க
வேண்டும்?”
சொன்னாள்
தனது பெயரை எப்படியெல்லாம் சுருக்கி அழைக்கலாம்
என்று
எந்தெந்த வகையில் நண்பர்கள் அழைப்பார்கள்
என்று.
எதிலும் திருப்தியில்லை எனக்கு,
எதுவும் பொருந்தவில்லை உனக்கு.
யாரும் அழைக்காத பெயரில் உன்னை அழைக்க
வேண்டும் நான்.
புதியதாக உனக்கொரு பெயர் சூட்டுகிறேன்.
‘கடல்மீன்’

✦

உள்ளில் அண்டிக்கிடக்கும்
அகங்காரம், மமதை, காமம், குரோதம்,
யாவையும்
உன் பாதத்தடியில் சமர்ப்பிக்கிறேன்,
மட்டற்ற காதலுக்கு
நீ என் இஷ்ட தேவதை.
✦

அழகாயிருக்கிறதென்று
பெருவிரல் நகத்துக்குக் கீழ் உதித்திருந்த
பொட்டு மச்சத்தை
கவனித்துச் சுட்டினான்,
ஏற்கெனவே அவன் மீது
மையலில் இருந்தவள் தன்
மொத்த தேகத்தின் மறைவிடங்களில்
பதுங்கியிருக்கும் மிச்ச மச்சங்களில்
மத்தாப்பு வெடித்தது.
✦

ஆணாகப் பிறந்தவர்களின்
சௌகர்யங்களை சொல்லிக் கொண்டிருந்தாள்.
பெண்ணாகப் பிறந்ததின் கொடுப்பினை என
ஒன்றே ஒன்றைத்தான் சொன்னேன்
"தினமும் குளிக்கும் போது
உடைமாற்றும் போது
உன்னை நீயே
முழுசா பார்த்துக்கொள்வாய்தானே!"
✦

வேண்டுமெனவும்
வேண்டாமெனவும்
ஒரே பொழுதில் மாறிமாறிச் சிமிட்டும்
இந்தக் கண்களை மூடிக்கொள்
உள்ளதைச் சொல்லாத
பொல்லாத பார்வை முன்
ஒரு முத்தம்
மயங்கி நிற்கிறது.
✦

பச்சைநரம்பு பார்த்தெல்லாமா
காமுறுவாய்?
என்ன செய்வது
ஒருதுளி என்றாலும்
அதுவும் மழைதானே!
✦

முத்தம் கொடுத்தால்
குழந்தை உண்டாகிவிடும்.
உண்மைதான்.
முத்தத்தோடு மட்டும்
நிறுத்திவிட எங்கே ஆகிறது!
✦

எனக்கு நன்றாகத் தெரியும் கண்மணி, நீயும் நானும் சந்தித்தால் என்ன ஆகுமென்பது, நாம் என்னவாக ஆவோம் என்பதும்.
உனக்கும் எனக்கும் இடையில் நெடுங்காலமாகச் சலனமின்றி ஓடிக்கொண்டிருக்கிறது ஒரு நதி. அதன் தெள்ளந்தெளிவைக் கண்டு அஞ்சி நாம் கரையிலேயே நின்றிருந்தோம். பெருவிரலால் மெல்லமாக நீர் கிளறினாலே போதும் அது தன் சலனமற்ற தன்மையைத் தகர்த்து ஆழிப்பேரலையாய் உருக்கொண்டு உள்ளிழுத்துப் போட்டு மூழ்கடித்துவிடும். அதற்குப் பின் என்னாகும்? என்னவும் ஆகிவிட்டுப் போகிறது அதை எதற்கு யோசித்துக்கொண்டு? எத்தனை காலத்திற்குத்தான் தெளிந்த நீரைப் பார்த்துக்கொண்டே இருப்பது? வா துணிவோம் என்றேன்.
இல்லை இது வேண்டாம்.
இது வேண்டும்,
சமாளித்துக்கொள்ளலாம்,
காயப்பட்டுவிடுவேன், பரவாயில்லை,
நீ போ, வராதே,
வா, கட்டியணை,
எட்டிநில், தொடாதே, தூரம் போ,
நிகழாதே, நிகழ், முத்தமிடு,
தேவையில்லை உதட்டை விடுவி.
காதலித்துவிடாதே, காதலிக்காமல் இருந்துவிடாதே,
எல்லா திக்கும் அலைந்து திரிந்த மனத்தோடு எதிரெதிர் கரையில் நின்றபடி இருவரும் ஒருசேர முதல் அடியை எடுத்து நதிக்குள் வைத்த அந்நொடி. இந்த உலகம் வெளிச்சத்தால் சூழப்பட்டுவிட்டது கண்மணி. உன்னை எதுவரை அனுமதிக்க வேண்டுமெனும் என் சிரத்தைகள், என்னை எதுவரை அனுமதிக்க வேண்டுமெனும் உன் முன்னெச்சரிக்கைகள் எல்லாம் அவ்வெளிச்சத்திற்கு முன் கண்கூசி ஓடி ஒளியப் போய்விட்டன.

உன் விரல் நுனியைத்தான் தொடுகிறேன் நீயோ மொத்தமாக வந்து சரிகிறாய். என் தொடுகைகளுக்கு நீ தடைவிதிக்கும் நேரத்திற்குக் காத்திருந்தேன், நீ அதன் முன்னேற்றத்திற்கு வழிவகை செய்து

கொண்டிருந்தாய். எனக்கான ஒன்றை நான் ஏந்தும் போது கெடுப்பார் யார் தடுப்பார் யார்! எல்லாம் பூரண ஒப்படைத்தல்தான். ஒப்படைத்தாய். அயர்ந்து கண்சொக்கி நானுன் மார்பில் முகம் புதைத்துப் படுத்திருந்தேன். உயிரின் *துடிப்பு முகத்தில் அதிர்ந்தது*. லப்டப் லப்டப் லப்டப். நான் துடிப்பில் முத்தமிட்டேன். நீ கதை பேசத் தொடங்கினாய். நான் உம் கொட்டிக் கொண்டிருந்தேன். என் கன்னத்தில் உன் லப்டப் தட்டிக்கொடுத்துக் கொண்டிருந்தது.

நீ அருகில் நிற்கும் தருணந்தோறும், யாருடைய கண்கள் என்னவாகப் பார்க்கும் என்றெந்த கவலையுமின்றி நானுனை தொட்டுக்கொண்டே இருந்தேன். அக்கம் பக்கம் குறித்த கவலை உனக்கும் இல்லை. நாம் அன்பின் உயிரிகள் கண்மணி, நம்மை யாரும் கவனிக்க மாட்டார்கள். வேண்டுமானால் பார். அவள் முழங்கைக்கு மேலாகக் கடித்து வைத்தேன். கத்தினாள், “எருமை மாடே.” பார்த்தாயா யாருமே நம்மைத் திரும்பிப் பார்க்கவில்லை. அருகில் இழுத்துக்கொண்டேன். பின்னாங்கழுத்தை தொடுவதற்குத் தொந்தரவாக இருக்கும் கேசத்தை ஒதுக்கி கழுத்தை வருடினேன். இன்னுமாடா உன் மோகம் தணியவில்லை தடவிக் கொண்டே இருக்கிறாய்? கையை எடுத்ததும் சட்டெனப் பதறி. இல்லை தொட்டுக்கொள், கரங்களையாவது கோத்துக் கொள். நீ உன் கையை விடுவித்தால் என் புலன்களில் ஏதோ ஒன்று இழந்தது போல தோன்றுகிறது என்றாய், இப்போது சொல்லடி இதற்குப் பெயர் என்ன மோகமா? காமமா? காதலா?. எதுவாகவும் இருந்துவிட்டுப் போகிறது. நீ என்னை விடாதே, வைத்துக் கொள். அவள் கைகளைப் பிரித்தேன் உள்ளங்கை. என் கைகளையும் விரித்துவைத்தேன். என்ன தெரிகிறது? ரேகை! - இல்லை, நதித்தடம். நம் நதி. விரல்களைக் கொடு, அவள் சுண்டுவிரல் வாங்கி என் ரேகையில் ஓடவிட்டேன். உணர்கிறாயா உன்னை. நதிக்குள் நீராடிக் கொண்டிருக்கும் உன்னை!

நான் உன்னைத் தொடவில்லை, தொட்டுத் தொட்டு எடுத்துக் கொண்டிருக்கிறேன். எடுத்து உள்ளங்கை ரேகைக்குள் கடத்தி வைக்கிறேன். ரேகையோடு ரேகை நதியோடு நதி அழுந்தப் பொத்தினாய்.

நீ வீட்டுக்குச் சென்றதும் உனக்கு என்னாயிற்று என்று விசாரிப்பார்கள், உன்னிடம் ஏதோ ஒன்று குறைகிறதென்று தேடுவார்கள். ஏதோ ஒன்று அதிகப்படியாக கலந்து இருக்கிறதென்று கூர்ந்து நோக்குவார்கள் அவர்களால் கண்டுபிடிக்க முடியாது. நீ இழந்ததும் பெற்றதும் புறக்கண்கள் காணவியலா ரகசியம்.

டேய். இனி நாம் சந்திக்க வேண்டாம் சரியா? நீ என்னையே நினைத்துக் கொண்டிருக்கக் கூடாது. நீ என்னைத் தேடக்கூடாது. தேடினால் நான் உன்னிடம் வந்துவிடுவேன். தேடமாட்டாய் தானே?

"மாட்டேன்."

என்னை விட்டுப் போய்விடவும் கூடாது. கண்படும் தொலைவில் இருப்பாயா?

"இருக்கிறேன்."

உன் கால்கள் செல்ல மறுக்கின்றன,

உன் கண்கள் விடைதருவதற்குத் தயங்குகின்றன.

இதனை இப்படியே முடிக்க உனக்கும் விருப்பமில்லை எனக்கும் விருப்பமில்லை.

இது முடிந்து போகாது கண்மணி. இது முடிவும் அல்ல, ஆரம்பம். நாம் விரும்பியோ விரும்பாமலோ நம்மை மீறி இது தொடங்கிவிட்டது. நம்மால் எதையும் தடுக்க முடியாது.

நான் தேடினால் நீ வா, நீ தேடினால் நான் வருகிறேன். நான்தான் உன் வானம். நீ உன் விருப்பம் போல பறந்து திரி. உனக்குத் தடைகளே இல்லை. நமக்கு எல்லைகளும் இல்லை.

✦

ஒரு முத்தத்தை பாதியில் நிறுத்துவது பாவம்
எப்போது நிறுத்தினாலும்
அது பாதியில் நிறுத்தியதாகத்தான் தோன்றுகிறது.
பரிகாரம் செய்தே கழியட்டும் காலம்.
✦

தேர்க்கால் அழிக்கவென
தெருவெங்கும்
அலங்கார வண்ணக்கோலங்கள்.
இரவில் நீ
ஒப்பனை செய்து கொண்டிருக்கிறாய்
ஒரு திருவிழா ஏற்பாடாகிறது.
✦

ஒவ்வொரு ஊக்கும் ஒரு வெள்ளிநட்சத்திரம்,
விரிமுதுகு வானம்,
நறுமுகம் பரிதி.
நீ பெண்ணாகப் பாவனை செய்யும் பிரபஞ்சம்
✦

அதே உன்னிலிருந்து
நான் கொய்யும்
ஒவ்வொரு முத்தமும்
ஒவ்வொரு சுவை.
என்னவித கனிவிருட்சம் நீ
✦

அன்பின்பொருட்டு
இட்டுமுடித்து இதழெடுத்த பின்,
அப்பியிருக்கும் எச்சில் ஈரம்தான்
முத்தத்தைக் கன்னத்தில்
ஒட்டிவைக்கும் பசை.
✦

இருக்கின்ற
எல்லாக் கள்ளத்தனங்களையும்
கற்றுத்தேற
ஒரு காதல் போதும்.
✦

கட்டிக்கொள்
நானுனக்குள் உணர்வது,
நெல்லின் கதகதப்பு.
✦

யானும் நீயும்
எரியும் திரியை
விழுங்கி விழுங்கி
அழியும் சுடர்.
✦

இடுப்பில் மடிப்பு என்ப,
கோடுகள் வரையும்-
ரகசியமான புன்னகை.
✦

தளரியான ஆபரணம் எதற்கு,
அமர்ந்திருக்கும் போது
பின்னிடையில் குழைந்து படியும்
வெல்வெட் மடிப்பே மேகலை
✦

காதல் வாழ்வென்ப
கண்ணயரும் போது
கடைசியில் காணும் முகம்,
கட்டியணைக்க வாகாக
வந்து அண்டும் வெப்பம்,
பாதி உறக்கத்தில் துழாவுகையில்
கையில் தட்டுப்படும் ப்ரிய உடல்
✦

நெளிந்தாய்
சரி கண்களைப் பொத்திக்கொள்
சத்தியமாகப் பார்க்கக்கூடாது,
எச்சரித்தாய்.
விரலிடைவெளிக்குள் தெரிவதற்கு
சத்தியத்திலிருந்து விதிவிலக்கும் அளிக்கிறாய்.
ஓ இன்றும் அடர் சிகப்பா!
✦

ஒயில் என்ப
நீ
பின்புறமாகக் குதிகாலுயர்த்தி
காலணி கழட்டும்போது
உன்னில்
தோகை விரித்தாடுவது.
✦

ஏழு மலை
ஏழு கடல்
தாண்டி வந்து சந்திக்க
நீ
உகந்த கிளிதான்.
✦

அதுவரையிலும் நம் இடையிலிருந்த
அத்தனை திரைகளையும் எரித்துவிட
ஒரு நொடி போதுமானாதாக இருந்தது
அதற்குப்பின்
நமக்கு நாகரிகம் இல்லை
நமக்கு வெட்கம் இல்லை
நாம் ஒளித்துக்கொள்ள எதுவுமில்லை

தம் தம் மனதை-
தம் தம் மனம்,

தம் தம் உடலை-
தம் தம் உடல்,

அடையும் பாதைகளை
அடைப்பார் எவருமிலர்
நாமே கூட
✦

காமமின்றி உன்னால் காதலிக்க முடியுமா?

அது முடியாது! எனக்கு நீ வேண்டும், புள்ளி மச்சம் மீதமின்றி மொத்தமாக வேண்டும்.
தணித்துக்கொள்ள வழிகள் ஏராளம் உள்ள காமத்திற்காக காதலிக்கமாட்டேன். காதலிப்பதாகச் சொல்லமாட்டேன், நான் உனைக் காதலிக்கிறேன் என்று சொல்வது ஓர் உத்திரவாதம். ஒரு சத்தியம், அதனை இந்தக் காமத்திற்காக அத்தனை எளிதில் தந்துவிட முடியாது தேவி.
✦

இருக்கும் வரை இருந்துகொள்வோம் என்பதற்கு நாமொன்றும் மழைக்கு நனையாதிருக்க மரத்தடியில் ஒதுங்கியவர்கள் அல்ல.
நான் உன்னைக் காதலிக்கிறேன்.
எதுவரைக்கும் உடன்வருவேன் என்று யோசிக்காமல் இரு.
உன் சிந்தனைகள் இந்த உணர்வுகளின் கூர்மையை மழுங்கச் செய்பவை. எனக்கு மழுங்கிப் போன எந்த உணர்வுகளும் வேண்டாம்.
பெருமழையின் ஊசிக்குத்தலாக வந்து பொழி.
பக்குவமான காதல் என்ற ஒன்றே இல்லையடி,
பக்குவப்பட்டால் காதல் எதற்கடி.
வா
இணைந்து சூரியன் செய்வோம்
பிரிதலென்றால் நிறப்பிரிகை ஆவோம்.
✦

பார்த்து, பேசி, பழகி நட்பாகி பின்னொருநாள்
காதல் பூத்துவிடும் படிநிலைகள் எதுவும் நமக்கு இல்லை, நீ என்னில் அறிமுகமாகும் போதே
காதலின் புயலோடுதான் வந்தாய், i love you.

நான் ஒரு பெண்ணை உள்ளத்திற்குள் உருவகித்து வைத்திருக்கிறேன், நீ அவளைப் போன்ற தோற்றம் கொண்டிருந்தாய், அவளுக்கு அளவெடுத்த எல்லா ஆடைகளும் உனக்குப் பொருந்தும். தோற்றத்திற்குள் உள்ளிருக்கும் நீ அவள்தானா? என்பதை அறியப் பேராவல் கொண்டு வந்தவனை உன்னால் நிராகரிக்க முடியவில்லை. இப்போதே எனக்குனை கட்டிக்கொள்ள வேண்டும் i love you

நான் என்னைப் பற்றி வைத்திருக்கும் மதிப்பீடுகளும்,
நீ என்னைப் பற்றி வைத்திருக்கும் மதிப்பீடுகளும்
ஒரே புள்ளியில் சங்கமிக்கும் போது. அங்கு அது காதலாகி விடுகிறது.
ஒருவர் அவரைப் பற்றி என்ன அபிப்ராயம் வைத்திருக்கிறாரோ அதற்கு ஒரு கலங்கமும் வராது பார்த்துக்கொள்ளும் மரியாதை தானே காதல்! நீ எனக்கு மட்டுமே தெரிந்த என்னைச் சொன்னாய், நான் உனக்கு மட்டுமே தெரிந்த உன்னைச் சொன்னேன். மறைக்கும் அந்தரங்கம் தானே மனதைப் பிரிக்கும். இங்கு மறைக்க எதுவும் இல்லை. நம் மனஆசைகள் நம் மனஅழுக்குகள் நமக்குத் தெரியும். ரகசியம் என்றெதுவும் இல்லை. இறுதியில் நாமே ரகசியங்களாகி விட்டோம். பரம ரகசியம். இப்போதே எனக்குனை முத்தமிட வேண்டும் i love you

பிறந்தது முதல் பிரிந்திருந்த காலங்களைச் சமன்செய்ய சன்னதம் கொண்டோம், திகட்டாத இனிப்பைப் போல வாழ்வோடு கலக்கிறாய், வாழ்வில் உன்னைக் கழித்துவிட்டுப் பார்த்தால் எஞ்சப் போவது வெறும் நாட்களும் கடிகாரமணித்துளிகளும் மட்டுமே. இப்போதே எனக்கு உன் உடற்தோலின் ப்ரத்யேக வாசனை வேண்டும் i love you

பொதுவெளிக்குத் தகும் தொடுகைகள் தகாத தொடுகைகள் என்றெல்லாம் இருக்கின்றன. உன்னருகில் வரும்தோறும் நீ என் கைகளையே பார்த்துக் கொண்டிருப்பாய். உன்னில் எல்லா இடங்களும் எனது. உன்னில் எங்கு தொட்டாலும் அது நற்தொடுகை, மையலில் உன்னை நான் தொட்டுத் தடவிக் கொண்டிருப்பேன் நீ விவஸ்தையின்றி கொடுத்துக் கொண்டிருப்பாய், பொதுவெளியில் நீ என்னிடம் இருந்து சற்று தள்ளி நில். அருகில் வராதே! நீயும் நானும் அருகருகே இருந்தால் இந்த உலகத்தினர் மறைந்து விடுவர். இப்போதே எனக்கு உன்னைத் தொட்டுப் பார்க்க வேண்டும். கைகளின் ரேகைகளுக்குள் நதியின் கூழாங்கல் ஓசையோடு ஓடுகிறது உன்னுடல். i love you

மணிநேரங்களே ஆன பிரிவொன்று ஏற்பட்டுவிட்டது, உன் குரல் கேட்டுப் பத்து மணி நேரம், உன் முகம் பார்த்து இருபது மணி நேரம், உன் விரல் தீண்டி முப்பது மணி நேரம், ஆகிக்கொண்டே செல்லும் நேரத்தை தடுத்து நிறுத்த முடியவில்லை, மனக்குரல் ஒலிக்கிறது "இவளிலிருந்து வெளியேறு, இவள் வேண்டாம் இவளின் இன்மையில் உன் நெஞ்சுக்கூடு நடுங்குகிறது, இது உனக்கு நன்மையல்ல, போ போ போ" யார் யாருக்கோவென அலைபேசியின் அத்தனை பெண் எண்களுக்கும் தொடர்புகொள்கிறேன். சம்பந்தமின்றி பேசுகிறேன். நான் பேசுவதைக் கவனித்தாயா என அவர்கள் கேட்பதைக் கூட கவனிக்க முடியாமல் நெற்றியின் மத்திக்குள் வந்து தீ போல எரிந்துகொண்டிருந்தாய் நீ. எனக்குத் தெரிந்துவிட்டது, ஆயிரம் பெண்களுக்குப் பின்னும் நான் உன்னிடம்தான் வரப் பார்க்கிறேன். நான் உன்னிடம் முடிவடைகிறேன். இப்போதே உன் உடலோடு
கலந்து கரைய வேண்டும். i love you.
உச்சத்தில் உன் குரல், புத்திக்குள் ஏறும் உச்சாடனம் i love you.
உச்சத்தில் உன் கண்கள் என் உயிரைப் பிடுங்கும் கொடுவாள். i love you.
இப்போதே மார் மீது உறங்கு i love you.
✦

உன் அன்றாடங்களைக் கவனி
ஓய்வு நேரத்தில்
பலதரப்பட்ட சிந்தனைகளின் ஊடே
சிறுபொறியென நானும் மின்னி மறைவேன்
பொத்தி வை
காத்திரு
ஒரு நாள்
மின்னி மின்னும் ஆயிரமாயிரம்
மின்மினிக் கூட்டங்களுக்கு மத்தியில்
நாம் முத்தமிட்டுக் கொண்டிருப்போம்.
✦

என்ன செய்கிறாய்? என்றதற்கு
படுத்து இருக்கிறேன் என்ற பதிலில்
நீ படுத்துப்புரளும் கோணங்கள்
ஒவ்வொன்றாக
யோசித்துக் கொண்டிருக்கிறேன்.
✦

எண்ணத்தின் அடியாழத்தில் உதித்த முத்தமொன்றை
உதட்டிற்கு எடுத்துவந்து தருகையில்
முத்தத்தைக் கடித்துவிட்டாய் நீ.
தடுக்கப்பார்க்காதே
தண்டனை வாங்கிக்கொள்
பற்கள் இல்லாத உதடுகளுக்குத்தான்
இனியுனக்கு முத்தம்
இமையில்லா விழி.
ஆடாத மணிச்சுடர்.
உயிர்ச் சிப்பி.
அன்றலர்ந்த செந்தாமரை.
பொக்கைவாய்க் குமரி.
பார்த்து எத்தனை நாள் ஆகிவிட்டது
நலமா நீங்கள்!
✦

மிகக் கிட்டத்தில் பார்க்கப் பார்க்க எல்லாம் ஓர் அழகின்மையைத் தருவிக்கும்,
தூரம் நின்று பார்க்கும் அழகு நெருக்கத்தில் இராது,
கண்ணாடியில் இருந்து தூரம் நின்றால் தொலைவுக்கான அழகொன்று அதில் இருக்கும்.
கண்ணாடி அருகில் முகம் விகாரம் கொள்ளும்.
அத்தனை நெருக்கத்திலும்
முத்தத்திற்காக முகத்தை முன்வந்து நீட்டும்போது பெண் ஏன் பேரழகைப் பூணுகிறாள்.
அவளுள் எங்கிருந்து குடிவருகிறது.?
அருகில்- தொலைவில் என்னும் அழகின் நியதிகளை எப்படியோ உடைத்துவிடுகிறாள்.
ஆயுளுக்கும் மறந்தே போகாத முகமாக ஒரு முத்த நெருக்கத்தின் முகம் தங்கிப் போவதன் அதிசயம்தான் என்ன!
உதடும் உதடும் இணைவதோ நாக்குகள் பிணைவதோ முத்தம் அல்ல
நான் சொல்வது அடைவின் முத்தம்.
ஒரு முத்தத்திற்குள் அவளுள் ஓடும் ஜீவனை உணர்தல்.
ஒரு முத்தத்தின் வழி அவளை அருந்துதல்.
ஒரு முத்தத்தின் வழி அவளைக் கொஞ்சம் எடுத்து அவளாகவே மாறிவிடுதல்
முகவாயை உயர்த்தி முத்தம் வாங்கிக் கொண்டிருந்தாள்,
எனது கைகள் தாமாகவே அனுமதி எடுத்துக்கொள்ளும் இடங்களில் உடலை நெகிழ்த்தி வழிவகை செய்து தந்து கொண்டிருந்தாள்.
கண்தொடும் தொலைவில் மிக மிக அருகில் நான் அவள் முகத்தைப் பார்த்தேன். ஒரே ஒரு நொடிதான்
ஏனடி இத்தனை வசீகரமாக இருக்கிறாய்.
நான் உன்னை ரசிக்கிறேன்.

உன் ஒவ்வொரு அசைவுகளையும் பாவனைகளையும்
துளித்துளியாக ரசிக்கிறேன்.
இத்தனை ஆசை ஆசையாக ஒரு பெண்முகத்தை யாரும்
பார்த்திடவே முடியாதெனும் நிலையில் உன்னைப் பார்க்கிறேன்.
முகத்திலிருந்துதான் நீ தொடங்குகிறாய்.
முத்தத்தில் இருந்துதான் எல்லாமும் தொடங்குகிறது.
கழுத்தோரம் பூத்துச்சிரிக்கும் வியர்வைப் பனியை அருந்தித் தாகம்
தீர்க்கும் பட்டாம்பூச்சி ஆகிறேன்.
என் இறக்கைகள் படபடவென அடித்துக் கொள்ளும் ஆவேசம்
கண்டு நீதான் மெதுவாக அமரச் செய்கிறாய்.
நீ ஏன் தேவி இத்தனைப் பூக்களால் ஆகி இருக்கிறாய்!
செறிவான நெளிவு கொண்ட காது மடல் மருதம்பூ.
தலைக்குப்புற மலர்ந்து கிடக்கும் மணிச்சிகை தானே உன் மார்பு.
சின்னஞ்சிறிய அனிச்சம்பூ இந்த நாபி
அதன்பிறகு உன் மூத்தவள் என் பிரிய செருவிளை.(சங்குப்பூ)

✦

சேலை உடுத்தப் போகிறேன்
"சரி வீடியோ call வா"
சேலை உடுத்தப் போகிறேன்
"சரி வீடியோ call வா"
சேலை உடுத்தப் போகிறேன்
"சரி வீடியோ call வா"
ஒவ்வொரு முறையாக
என்முன் நீ உடை மாற்றுவதற்கு
உன் உடல் பழகிப்போய்விட்டது,
குடும்பப் பழக்கம் வேண்டுமென
நட்பு வளர்க்க வந்தநாளில்
உன் வீட்டில் என் கண்முன்
எந்த உடற்கூச்சத் தயக்கமும் இன்றி
உடைமாற்ற
நீ முந்தானை உரித்தது கண்டுதானே
திகைத்தாள் உன் அன்னை.
✦

நீயென உன்னை அறிமுகம் செய்ய
கட்டியெழுப்பிய பிம்பத்தைக் காப்பாற்றுவதற்கே
வாழ்நாள் மொத்தத்தையும் செலவழிக்கிறாய்
பிம்பங்களின் கனமின்றி இலகுவாகக் கிடக்க
ஞானஇடம் தேடி ஓடி
விடுதலை அடையப் பார்க்கிறாய்
இறுதியில்தான் கண்டுகொள்கிறாய்,
ஞானமென்பது
உன்னிடமிருந்து நீயே தப்பிப்பது.

✦

அவரவர் முற்றத்தில்
அண்ணாந்து
ஆளுக்கொரு வானம்
பார்த்துக் கொண்டிருந்தோம்.
பௌர்ணமிகளால் நிரம்பியிருக்கும்
ஆகாயத்தைக் கண்ணுற்றோர்-
எத்தனை பேரோ
அத்தனை நிலாக்கள்.

✦

முதல் முத்தம் எப்படி இருக்குமென்ற குறுகுறுப்பில், ஆண் கை தீண்டல் எப்படி இருக்குமென்ற எதிர்பார்ப்பில் 18 வயதில் உண்டான ஆசைகளை அவள் காதலென்று கொண்டு ஒருவனைத் தெரிவு செய்து அவர்களிருவரும் காதலித்தார்கள். எல்லா காதலர்களைப் போலவும் மரணம் வரைக்கும் இணைந்திருப்பதாக வாக்களித்துக் கொண்டார்கள். திரைப்படங்களில் முத்தங்களைப் பார்த்துப் பார்த்துப் பழகி இதுதான் முத்தமென்று அவர்களே ஒரு முடிவுக்கு வந்து கைவிடப்பட்ட கோவில் ஒன்றில் அதனை நிகழ்த்தி பரீட்சித்துக் கொண்டிருந்த அந்நேரம், அவளின் உறவினர் ஒருவரின் கண்ணில் அகப்பட்டுக்கொண்டாள். அது ஒரு சிறுமுத்தம்தான் ஆயினும் பெரியவர்கள் மனம் அத்தனை எளிதாக அதனை எடுத்துக்கொள்ளாது. ஒரு முத்தத்தில் எல்லாம் தொடங்கி அவள் கருவுற்று இருப்பது வரை கற்பனை செய்து அந்தக் கற்பனையின் விபரீதம் பொறுக்கமாட்டாமல் அது வன்முறையாக அவள் மீது விடிந்தது.

இதற்கு மேல் இவள் உடல் நிற்காது, ஒருவனின் தொடுதலுக்கு பழக்கப்பட்டுவிட்டாள். இவள் மனம் ஆண்துணை தேடிக்கொண்டே தான் இருக்கும். என்று அவர்களே எண்ணி. நாளைப்பின்னர் தங்கள் கற்பனையில் அவள் கருவுற்றது நிஜமாகிவிட்டால் என்ன செய்வதென்று யோசித்து, அவளுள் காமம் சார்ந்த எண்ணங்கள் வந்துவிட்டன. இதற்கு ஒரே தீர்வு அவளுக்கு திருமணம் செய்து வைத்துவிடுதல் என்னும் முடிவை ஏகமனதாக எடுத்தனர்.

எனக்கு ஏன் கல்யாணம் என்று அவள் மலங்க மலங்க விழித்துக் கொண்டிருந்தாள். உனக்கொன்றும் தெரியாது எல்லாம் உன் நன்மைக்கு என்றனர். இதே சூழல்தான் தனது காதலன் வீட்டிலும் நிகழும் அவனுக்கும் வேறு ஒரு பெண்ணோடு திருமண ஏற்பாடுகள் நடக்கும் போல என்றெண்ணிக் கொண்டாள்.

சமூகம் பெண்ணுக்குத் தனியான விதியை எழுதி வைத்திருக்கும் என்று அவளுக்கு அப்போது தெரியாது.

திருமணம் நடந்தேறியது. மூன்று மாதத்தில் கருவுற்றாள். பிள்ளை பெற்றெடுத்தாள், அடுத்து இன்னும் இரண்டு பிள்ளைகள் பெற்றெடுத்தாள். மகளுக்கு ஒரு நல்ல குடும்பம் உண்டாகிவிட்ட திருப்தியில் பெற்றோர்கள் நிம்மதியாக இருந்தனர். தாங்கள் மிகச் சரியான முடிவை எடுத்துவிட்டதாக

பெருமிதம் கொண்டனர். தங்கள் அறிவை மெச்சினர். "எங்க வீட்ல கூட அப்படிதான் நடந்துச்சு இப்ப பாருங்க என் பொண்ணு மூனு பிள்ள பெத்து சந்தோசமா இருக்கறா" என்று தங்கள் அறிவின் அறிவுரைகளை மாற்றாருக்கு வழங்கத் தொடங்கினர்.

அவளுக்கு இப்போது 38 வயது. பிள்ளைகள் வளர்ந்து பதின்வயது எட்டிய பெரியவர்களாகி விட்டார்கள். பிள்ளைகளே தத்தமது வேலைகளை செய்துகொள்வதால் தற்போது அதிக வேலைகளின்றி கொஞ்சம் அமைதியாக இருக்கிறாள். அமைதி அனுமதி கொடுத்த நேரத்தில் அழைத்தாள். எப்படி இருக்கிறாய்? என்ற கேள்விக்கும், வாழ்வில் என்ன செய்தாய்? என்ற கேள்விக்கும் அவளிடம் பதில்களே இல்லை. அவள் சொல்லத் தொடங்கினாள் - ஒரே ஒரு முத்தம் அதற்கு கண் காது வைத்து உருவம் செய்தார்கள். அது ஒரு பெரிய ஆண்குறி போல என்முன் வளர்ந்து நின்றது. பிறகு அந்த ஆண்குறிக்கு என்னைத் திருமணம் செய்து வைத்தார்கள். அது என்னைப் புணர்ந்தது. பிள்ளை பெற்றெடுக்கும் எந்திரமாக இருந்தேன், பிள்ளைகளை வளர்க்கும் எந்திரம், சமைக்கும் எந்திரம், பாத்திரம் விளக்கும் எந்திரம். வீடுசுத்தப்படுத்தும் எந்திரம். என என் எந்திரச் செயல்பாடு மாறிக் கொண்டே இருந்தன. முத்தம், காமம், காதல், குழந்தைகள், குடும்பம் எல்லாமே தனித்தனி தேவைகள் என்றறியும் போது ஓடிவிட்டது காலம். அவ்வளவுதான்" என்றாள்.

உனக்கு உன் வீட்டில் தெரிவிக்கப்பட்ட புகார் போலவே உன் மகளைப் பற்றியும் உன்னிடம் புகார் வந்தால் என்ன செய்வாய் என்றேன்?

"அவளுக்கு அவளைப் பார்த்துக் கொள்ளத்தெரியும். அவளின் 17 வயதில் நான் எல்லாம் கற்றுக் கொடுத்துவிட்டேன். அவள் கருவுறுவது வரை நானே கற்பனை செய்து அவள் வாழ்வை அழிப்பதைக் காட்டிலும் கருவுறாமல் இருக்கும் வழிமுறைகளை சொல்லித்தருவதே நல்லதென்று தோன்றுகிறது. கற்பனையாக யோசித்துக் கருவுறும் சாத்தியம் இருக்கிறதென்று நம்பும் போது, அதைத் தடுக்கும் சாத்தியங்களும் இருந்துதானே தீரும். நான் தடுக்கும் சாத்தியங்களைக் கற்றுத்தந்தேன். எனக்கும் யாரேனும் சொல்லித் தந்து என்னை விடுவித்திருக்கலாம்" என்றவள் சொல்லி முடிக்கும்போது. இழந்து போன வாழ்க்கை நினைத்து அவள் குரல் தளரவே இல்லை.

விரக்தியின் உச்சத்தில் மனமும் குரலும் ஸ்திரமாகி விடுகிறது.

நெடுநெடுவென வளர்ந்த
மெலிந்த தேகமும்
நரையேறிய கேசமுமாய்
முன்தராசில் பழங்களை நிறுக்கிறார் கடைக்காரர்,
இன்னும் சற்று நேரம் அவரைப் பார்க்கவென
மேலும் சில பழங்களை எடைபோடச் சொல்கிறாள்.
சுருக்கம் சேர்ந்த அவர் கரங்களையே
பார்த்துக் கொண்டிருந்தாள்,
தகப்பன் வயதொற்றிய
தகப்பன் உருவொற்றிய
மனிதர்களிடம் இருந்து
நகர்வதற்கு மனமின்றி நிற்கிறாள் பிரியள்.

✦

உடல்நல சுகவீனப் பொழுதுகளில்,
தனக்கென வருந்தும் -
மனமே மருந்து.

அவள்தன்
பிறந்தகம் சென்று திரும்பும் போதெல்லாம்
வழிநெடுக தகப்பன் ஒவ்வொரு தின்பொருளாக
வாங்கி வாங்கி
அவள் கைப்பையை எடைகூட்டியபடியே உடன் வருவான்
நிலையம் சேர்ந்து பேருந்து வரும்வரை காத்திருந்து
"சக்கரத்தின் மேல்பகுதியில் இருக்கும் இருக்கையில் அமராதே
வாசலின் ஓரத்தில் இருக்கும் இருக்கையில் அமராதே
பின்னால் உள்ள இருக்கை அதிகமாக குலுங்கும்"
அப்பா போதும்பா
நான் என்ன சின்னப் பாப்பாவா
எத்தனை தடவை வந்துட்டுப் போறேன்
எனக்குத் தெரியாதா
நான் போயிக்கறேன் நீ வீட்டுக்குப் போ.
கேட்கமாட்டான்
அவள் செல்லும் பேருந்து
கண்மறையும் வரை பார்த்துவிட்டே
வீடேகுவான் தகப்பன்.
அதுவே அவன் வழக்கம்.
வயது மூப்பு தந்த வலுவின்மையும்
பிணியும் சேர்ந்து
தகப்பனைச் சாய்க்க.
ஒன்றும் ஆகிவிடாது
எல்லாம் சரியாகிவிடுமென
தேற்ற வந்தவள்
இப்போது ஊர் திரும்புகிறாள்.
வழிநெடுக
அருகில் அருகில்
தகப்பன் வருகிறானா எனப் பார்த்தபடி
எடை கூடாத கைப்பையின்
சுமையைத் தூக்கமுடியாமல் தூக்கியபடி.
✦

கார்த்திக் (யாத்திரி)

வெற்றுடல் என்றான பின்னும்
தூக்கி வளர்த்த கரங்களை
சாய்ந்து தூங்கிய மார்பை
ஓடி உழைத்த கால்களை
தொட்டுத் தொட்டு
மறைத்த தவறுக்கெல்லாம்
மன்னிப்புக் கேட்டுக்கொண்டிருத்தல்
ஹேங்கரில் தொங்கிக் கொண்டிருக்கும்
அப்பாவின் பழைய அழுக்குச் சட்டையை
கசங்கல் கலையாமல் பத்திரப்படுத்துதல்.
கண்ணாடியில் ஒட்டிவைத்திருக்கும்
அம்மாவின் ஸ்டிக்கர் பொட்டினை
உதிர்ந்துவிடாது
ரேகைகளோடு பாதுகாத்தல்
பத்திரமா இருந்துக்குவல்ல
என்று கேட்ட கடைசிக் குரலிடம்
எனக்கு பத்திரமா இருக்கத் தெரியாது
நீ போகாதே என்று
கால்மாட்டில்
இதயம் வெடித்து அழுது புலம்புதல்.
நாட்கள் சென்று
தனிமையில் அமர்ந்து சாப்பிட்டுக் கொண்டிருக்கும் போது
ம்ம்ம் கொறிக்கல, நல்லா சாப்பிடறேன் என்று
தனக்குள் யாருக்கோ பதில் சொல்லிக் கொண்டிருத்தல்.
மற்றும்
பத்திரமாயிருக்கப் பழகுதல்.
✦

உயிர்பிரியும் கண்கள் கண்டு
சுற்றிச்சூழ நிற்கும்
பிரியங்கள் மிரண்டு விடக்கூடாதென
இறக்கும் தருவாய்க்கு முன்
இமைமூடும் ஆன்மத்திடம்
கற்றேன் இவ்அன்பை.
✦

உடனிருந்த தாயையும்
சாவுக்குக் கொடுத்துவிட்டு
நள்ளிரவுச் சாலையில் உலவுபவனை
யாரேனும் நிறுத்திக் கேட்டுவிடுகிறார்கள்
"இன்னும் வீட்டுக்குப் போகலையாப்பா"
✦

நெற்றியில் ஏதோ இருக்கிறதென துடைத்து விடுவதாய் ஏமாற்றி
திருநீறு இட்டு விடுகிறாள் மகள்.
ஏதோவொரு கடவுள்
எனக்குத் துணைநிற்கும் என்று நம்புகிறாள்,
முந்தாநேற்று "உங்க அப்பன் ஓர் ஊர்சுற்றி"
என எந்தாய் சொல்லியதற்கு
வரிந்துகட்டி சண்டையிட்டுக் கொண்டிருந்தவள்.
✦

Hubby
Kanavar
Purusar
இவற்றிலொன்றாக
தலைவியிடம் என் அலைபேசி எண்
சேமிக்கப்பட்டிருக்கும்.
இன்று யதேச்சையாகப் பார்த்தேன்
Appa என்றிருந்தது.
மகள்கள் வாழும் வீட்டில்
மகள்கள் வைப்பதே சட்டம்
✦

சிறந்த அப்பா எப்படி இருப்பாரென்று
எந்தக் குழந்தைக்கும் யோசனை கிடையாது.
அவர்களைப் பொறுத்தமட்டில்
தங்களது சிறிய உலகில்
தன்னுடைய அப்பாதான் சிறந்த அப்பா.
ஒருவன் சிறந்த அப்பாவாக இருக்க முயற்சிப்பதே
அச்சிறிய மகளின் நம்பிக்கையில் இருந்துதான்.
✦

உலகெல்லாம் திரிந்து
ஒவ்வொரு முறையும் ஊர் திரும்பும் மகளுக்கு
வந்து சேர வழி தெரியும்தான்
ஆனாலும்
வீட்டுக்கு அழைத்துப் போகப்
பேருந்து நிலையத்தில்
காத்திருக்கும் அப்பன்.
ஏன் இதைச் செய்கிறான் என்பதைப் புரிய
ஓர் ஆயுள் தேவைப்படுகிறது.

அப்பனற்ற
வெறுமையான பேருந்து நிலையத்தைத்
துழாவித் துழாவி அழும் கண்களே
அமைதியுறு.
✦

முடிவுரை:-

ஆணும் பெண்ணும் வெறும் நட்போடிருப்பதை அநேக மனங்களால் ஏற்றுக்கொள்ளவே முடிவதில்லை. friends with benefits, காதல், காமம் என்று எதிலேனும் அவ்வுறவைப் பொருத்தினால் தான் நிம்மதி அதற்கு.

ஆணும் பெண்ணும் எப்படி வெறும் நட்போடு மட்டும் இருந்திட முடியும் என்ற கேள்வி மனதை அரித்துக் கொண்டே இருக்கிறது.
மனிதகுல வரலாற்றில் ஆண் பெண் இருவருடைய பெரும்பங்கும் மக்கட்தொகை விருத்தியாகவே அறியவருகிறது. அதிலிருந்து சிந்திக்கும்போது பெண்ணைக் கவர ஆண் செய்யும் சாகசங்கள். ஆணைக் கவர பெண் வெளிப்படுத்தும் உடல்மொழிகள், பெண் தலை முடியைக் கோதுவது ஆடைகளை அடிக்கடி ஒழுங்குபடுத்துவது அவளின் நளினம் எல்லாமே ஒருவகை reproduction சமிக்ஞை என்பதான சிந்தனைகள் பிறக்கின்றன. இயற்கை இருவரையும் அப்படித்தான் சமைத்திருக்கிறது எனும் சமாதானம் அதனை நியாயப்படுத்தும். எல்லாம் பிள்ளைகள் பெற்றுக்கொள்வதற்கான ஏற்பாடு. ராஜ்ஜியத்திற்கு வாரிசு சொத்துக்கு வாரிசு என அதன் பரப்பு விரிவடைந்தது, இந்த விரிவடைதலில் அதிகம் பங்குபெற்றதும் பாதிப்புக்குள்ளானதும் பெண்தான்.

குழந்தை பெற்றுத்தருபவளாகவும், அன்பின் ரூபமாகவும், காமத்தின் பண்டமாகவும், குடும்பத்தின் கௌரவமாகவும் பாவிக்கப்பட்டு அதனால் அவள் பத்திரப்படுத்தப்பட வேண்டியவள் எனும் வரலாறு நம்முடையது. போரில் ராஜா இறந்தால் போர் முடிந்துவிட்டதெனப் பொருளில்லை. ராணியைக் கைப்பற்றிய பின்னரே போர் முடிவுக்கு வரும்.
இதன் நீட்சிதான் பெண்ணின் மீது ஏற்றப்பட்ட குடும்ப கௌரவம்.

இந்த அமைப்பிற்குள் இருந்துகொண்டு ஆணும் பெண்ணும் வெறும் நட்போடு இருக்க முடியாதெனச் சொல்வது நிஜமாய் பெண் மீதான விமர்சனம். ஏனெனில் பெண்ணிடம் இருந்து பெறுவதற்கு பெண்ணிடம் பழகுவதற்கு காதல், காமம், குழந்தைபேறு இம்மூன்று தவிர்த்து பிற காரணங்களே இல்லை என்பதைத்தானே வரலாறு அவளைப் போற்றுவதாகச் சொல்லி நூதனமாகக் கற்பித்து இருக்கிறது. ஓர் உயிரை இதற்கு மேல் சுருக்கிவிட முடியாது. she is something beyond that எனச் சிந்தனைகள் மாறுவதே இக்காலத்தில் முக்கியம்.

"okay, அதற்குப் பிறகு ஆணும் பெண்ணும் எப்படி வெறும் நட்போடு மட்டும் இருந்திட முடியும் என்ற கேள்வி மனதை அரிக்காதா?"
இல்லை.
மனம் அவர்களைப் பொருட்படுத்தாது!
ஒரு மனிதன் தானடையும் மிகச்சிறந்த சுதந்திரமே அதுதான்.

✦ ✦ ✦